D1604644

Tận Hiến

30 NGÀY VỚI NHỮNG NGƯỜI PHỤ NỮ TRONG KINH THÁNH

Lifeway Press®
Brentwood, Tennessee

Lifeway Press ®
Brentwood, Tennessee

Lifeway Press xuất bản ® • © 2023 Lifeway Christian
Resources • Brentwood, TN

Không phần nào của cuốn sách này có thể được sao chép
hoặc truyền đi dưới bất kỳ hình thức nào hoặc bằng bất kỳ
phương tiện nào, điện tử hoặc cơ giới, bao gồm sao chụp và
ghi hình, hoặc bằng bất kỳ hệ thống lưu trữ hoặc truy xuất
thông tin nào, trừ phi được nhà xuất bản cho phép rõ ràng
bằng văn bản. Những yêu cầu xin phép phải được gửi bằng
văn bản tới Lifeway Press®; 200 Powell Place, Suite 100,
Brentwood, TN 37027-7707.

Devoted – Bible Study Book – Tiếng Việt
ISBN13: 9781430090717
ITEM: 005846999
Chủ đề: PHỤ NỮ TRONG KINH THÁNH

Trừ phi có ghi chú khác, tất cả trích dẫn Kinh Thánh được
lấy từ Bản Kinh Thánh Truyền Thống Hiệu Đính, bản quyền
© 2010 của Thánh Kinh Hội Việt Nam. Đã được cho phép sử
dụng. Đã đăng ký bản quyền.

Để mua thêm tài liệu này, hãy viết thư cho Lifeway Resources
Service; 200 Powell Place, Suite 100, Brentwood, TN
37027-7707; đặt hàng trực tuyến tại www.lifeway.com; fax
615.251.5933; số điện thoại miễn phí 800.458.2772; hoặc gửi
email tới orderentry@lifeway.com.

In tại Hoa Kỳ

Lifeway Women Bible Studies • Lifeway Resources •
200 Powell Place, Suite 100, Brentwood, TN 37027-7707

NHÓM BIÊN TẬP
LIFEWAY,
TÀI LIỆU NGHIÊN
CỨU KINH THÁNH
CHO PHỤ NỮ

Becky Loyd
Giám đốc,
Lifeway Women

Tina Boesch
Quản Lý
Lifeway Women

Giancarlo Montemayor
Nhà Xuất Bản
Lifeway Global

Carlos Astorga
Tổng Quản Lý
Global Publishing

Lê Hoàng Duy Tín
Biên Dịch

Laura Magness
Biên Tập Nội Dung

Tessa Morrell
Biên Tập Xuất Bản

Lauren Ervin
Giám Đốc Nghệ Thuật

Sarah Hobbs
Thiết Kế Đồ Họa

Mục Lục

Cách Dùng Tài Liệu Này

Xin chào! Chúng tôi rất vui vì bạn đã chọn cuốn sách này. *Tận Hiến* là một tài liệu nghiên cứu Kinh Thánh kéo dài sáu tuần về những người phụ nữ có ảnh hưởng trong Kinh Thánh. Trong quá trình nghiên cứu, bạn sẽ học hỏi từ những tấm gương của hơn ba mươi người phụ nữ mà cuộc sống của họ đã truyền cảm hứng cho nhiều thế hệ về đức tin và lòng tận hiến của họ đối với Chúa. Đây là tổng quan những gì bạn sẽ học.

BẮT ĐẦU

Tận Hiến được chia thành sáu tuần học; ba tuần đầu tiên tập trung vào những người phụ nữ trong Cựu Ước và ba tuần cuối cùng đề cập đến những người phụ nữ trong Tân Ước. Các tuần được chia thành năm ngày học, nhưng chúng tôi khuyến khích bạn học theo tốc độ của riêng bạn. Chúng tôi biết có ngày bạn bận rộn hơn những ngày khác!

NGHIÊN CỨU CÁ NHÂN

Đây là loạt bài học do nhiều người biên soạn, nên mỗi ngày được viết bởi một người phụ nữ khác nhau. Khi học, bạn sẽ gặp những phần hướng dẫn đọc các phân đoạn Kinh Thánh khác nhau, phần giải kinh để giúp bạn hiểu điều bạn đọc, và những câu hỏi để giúp bạn tương tác với Kinh Thánh và áp dụng lẽ thật vào đời sống của mình.

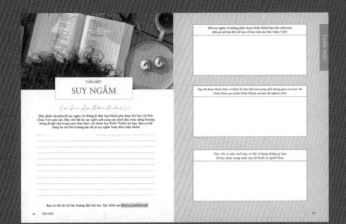

SUY NGẪM

Chúng tôi dành riêng thời gian ở cuối mỗi tuần để bạn suy ngẫm điều Chúa đã bày tỏ cho bạn trong suốt tuần học. Dù bạn học một mình, hay học chung với những người khác, phần này tạo cho bạn cơ hội để suy ngẫm về bản tính của Đức Chúa Trời và mối tương giao giữa bạn với Ngài.

MUỐN TÌM HIỂU THÊM?

Nếu bạn đang hướng dẫn một nhóm hoặc tìm kiếm những câu hỏi để thảo luận với một người bạn, đừng bỏ qua tài liệu hướng dẫn miễn phí trong file PDF mà bạn có thể tải về từ trang mạng lifeway.com/devoted.

LƯU Ý VỀ BẢN DỊCH KINH THÁNH VÀ VIỆC VIẾT TẮT TÊN SÁCH

Tài liệu nghiên cứu này chủ yếu dùng Bản Kinh Thánh Truyền Thống Hiệu Đính. Việc đọc cùng một phân đoạn Kinh Thánh từ nhiều bản dịch khác nhau cũng là một cách rất hữu ích để học Lời Chúa, và bạn có thể tìm đọc những bản dịch khác trên phần mềm Kinh Thánh hoặc các trang mạng như biblegateway.com hoặc biblehub.com.

Trong loạt bài học này, tên các sách trong Kinh Thánh sẽ được viết tắt khi tham chiếu trong ngoặc đơn.

Những chữ viết tắt: TC: Trước Chúa; SC: Sau Chúa; c.: câu; cc.: các câu

Giới Thiệu

Hoàn hảo! Từ cách quảng cáo dầu gội đầu của chúng ta cho đến vẻ bề ngoài mà chúng ta thể hiện trên mạng xã hội, việc theo đuổi sự hoàn hảo chính là nhịp đập tiềm ẩn của nữ tính. Thật là mệt mỏi làm sao! Những thông điệp mà chúng ta tiếp nhận hằng ngày hay ngấm vào tâm hồn, làm phức tạp hóa ý thức về giá trị của chúng ta va khiến chúng ta mất tập trung khỏi những mục tiêu đáng giá.

Nhưng hãy nghe điều này: Đức Chúa Trời không quan tâm chúng ta hoàn hảo hay mình có tất cả. Trên thực tế, Ngài biết chúng ta không thể, và chúng ta thì không có mọi thứ. Khi nhấn mạnh về mối quan hệ "trọn vẹn" với Đức Chúa Trời, Chúa Jêsus phán như sau: "Nếu ngươi muốn được trọn vẹn... hãy đi, bán những gì mình có và phân phát cho người nghèo thì ngươi sẽ có kho báu ở trên trời; *rồi hãy đến theo Ta*" (Mat 19:21, phần nhấn mạnh được thêm vào).

Bất luận những gì bạn đã nghe, cuộc sống hoàn hảo không phải là vẻ ngoài của bạn, bạn làm việc chăm chỉ như thế nào, phong cách nuôi dạy con cái ra sao, số lượng người theo dõi hay số lượng cháu chắt bao nhiêu. Nó là đi theo Chúa Jêsus—sống một cuộc đời tận hiến cho Ngài và mở rộng tình yêu thương của Ngài cho người khác (Mat 22:37-39).

Bạn có bao giờ để ý đến những chi tiết cá nhân, thường là dơ bẩn, của những người nam và nữ mà Đức Chúa Trời đưa vào một phần trong câu chuyện của Ngài không? Có lẽ Ngài muốn trấn an chúng ta rằng, giống như họ, chúng ta cũng không cần phải đạt được tất cả. Sự hoàn hảo không phải là điều kiện tiên quyết để nhận được tình yêu thương của Đức Chúa Trời hay dự phần vào công việc Ngài!

Trong sáu tuần lễ tới, chúng ta sẽ tra xem Kinh Thánh qua những câu chuyện về những người phụ nữ được ghi lại trong Lời Đức Chúa Trời. Không ai trong số những người phụ nữ này là hoàn hảo. Một số người được nhớ đến vì những điểm cao của họ, những người khác được nhớ đến vì những điểm thấp của họ, và chúng ta cũng chỉ có những cái nhìn thoáng qua về cuộc sống phức tạp của tất cả những người đó. Nhưng khi bạn xâu chuỗi những bức tranh này lại với nhau, thì có một điều rất rõ ràng: Mỗi người phụ nữ này đều đóng một vai trò nào đó trong câu chuyện của Chúa, một vai trò mà Ngài cho là đáng ghi nhớ.

Tôi hy vọng rằng những câu chuyện của họ sẽ khích lệ bạn nhìn lên Chúa Jêsus, biết chắc chắn rằng Ngài yêu thương bạn, để bạn sống "hết lòng trung thành với Giê-hô-va là Đức Chúa Trời chúng ta" (1 Vua 8:61). Giống như những người phụ nữ này, bạn đóng một vai trò vô giá trong câu chuyện của Ngài, và cuộc sống của bạn là bức tranh cho những người khác về lòng nhân từ và tình yêu thương của Ngài.

Laura Magness

Tuần Một

Ê-VA • SA-RA • A-GA
RÊ-BÊ-CA • RA-CHÊN & LÊ-A

Ê-va

Soạn giả: Donna Gaines

Câu chuyện của Ê-va được chép trong Sáng Thế Ký 1:26–4:26. Bà nổi tiếng vì là người phụ nữ đầu tiên được dựng nên trong ảnh tượng của Đức Chúa Trời để đồng hành với A-đam trong vai trò người vợ và cộng sự; là người mẹ đầu tiên; và cũng là người đầu tiên phạm tội vì bất tuân mạng lệnh Đức Chúa Trời cấm ăn trái cây biết điều thiện và điều ác. Ê-va cũng được nhắc đến trong 2 Cô-rinh-tô 11:3 và 1 Ti-mô-thê 2:13-14.

Trong nền văn hóa hiện tại của chúng ta, có nhiều sự nhầm lẫn về ý nghĩa của nam hay nữ. Trên thực tế, hầu hết mọi người sẽ gặp khó khăn trong việc xác định chính xác thế nào là một người phụ nữ. Là một người phụ nữ, mẹ của ba cô con gái và bà ngoại của tám đứa cháu gái, tôi muốn làm cho đúng! Một cách để giải tỏa sự nhầm lẫn là quay trở lại thiết kế ban đầu của Chúa. Đức Chúa Trời truyền đạt rõ ràng ý định và mục đích của Ngài khi tạo ra loài người—cả nam và nữ—trong Sáng Thế Ký 1–2.

Trước khi đi sâu vào câu chuyện của Ê-va, chúng ta hãy lập một nền tảng. Khi đọc, tôi muốn bạn chú ý cách Đức Chúa Trời giới thiệu chính Ngài ngay từ đầu với tư cách là Đấng Tạo Hóa và Đấng Duy Trì sự sống. Ngài lên kế hoạch để cuộc sống vận hành theo thiết kế của Ngài và vì sự hưng thịnh của chúng ta.

HÃY DÀNH THỜI GIAN ĐỌC HẾT SÁNG THẾ KÝ 1–2.

Với Sáng Thế Ký 1, độc giả được cung cấp góc nhìn về sự sáng tạo ở độ cao mười nghìn thước. Chúng ta liên tục đọc về sự khởi đầu của mọi sự, từ ánh sáng đến bóng tối, chim trời đến cá biển và mọi thứ khác. Mặt khác, Sáng Thế Ký 2 xoáy sâu vào và cung cấp cho chúng ta thêm một số chi tiết. Cả hai chương tiết lộ thông tin rất quan trọng về nguồn gốc người phụ nữ chúng ta.

ĐỌC LẠI SÁNG THẾ KÝ 1:26-28 VÀ 2:7, 18-25. Hãy liệt kê mọi điều bạn học được về sự sáng tạo người nam và người nữ trong các câu Kinh Thánh này.

Đức Chúa Trời đặt A-đam ở đâu, và Ngài ban cho ông một quy tắc gì (Sáng 2:8, 16-17)?

Đức Chúa Trời tạo ra A-đam và Ê-va vào ngày thứ sáu của công cuộc sáng tạo (Sáng 1:26-31). Họ được tạo dựng theo ảnh tượng của Đức Chúa Trời và được ban phước cũng như được lệnh phải sinh sản, lấp đầy và quản trị trái đất. Họ được trao quyền cai trị tất cả những gì Chúa đã tạo ra. Trong Sáng Thế Ký 2, chúng ta được biết Đức Chúa Trời đã tạo ra A-đam từ bụi đất. Ngài đã nắn nên ông thành một người đàn ông và hà hơi sự sống vào ông. A-đam trở thành một linh hồn sống. Được tạo dựng theo ảnh tượng của Đức Chúa Trời là điều khiến đàn ông và phụ nữ khác biệt với động vật và phần còn lại của cõi sáng tạo.

Trong câu 18, Đức Chúa Trời tuyên bố rằng loài người ở một mình không tốt, và Ngài đã tạo ra một "người giúp đỡ" cho A-đam. Ở đây, cùng với Sáng Thế Ký 1:27, chúng ta thấy Đức Chúa Trời tạo ra hai giới tính riêng biệt và bổ sung cho nhau, nam và nữ. Sáng Thế Ký 2:18 dễ bị hiểu lầm như là hàm ý phụ nữ thấp kém hơn đàn ông, nhưng điều đó hoàn toàn không đúng. Từ được dịch là "người giúp đỡ" trong tiếng Hê-bơ-rơ là *ezer*. Hãy xem phần giải thích về từ này như sau:

> Suy nghĩ về *ezer* bắt đầu thay đổi khi các học giả chỉ ra rằng từ *ezer* được sử dụng thường xuyên nhất (16 trong số 21 lần xuất hiện) trong Cựu Ước để chỉ Đức Chúa Trời là Đấng giúp đỡ Y-sơ-ra-ên trong lúc khó khăn... *Ezer* là một chiến binh, và điều này có hàm ý sâu rộng đối với phụ nữ, không chỉ trong hôn nhân, mà còn trong mọi mối quan hệ, những giai đoạn và hướng đi của cuộc đời.[1]

Ê-va, giống như A-đam, là người mang ảnh tượng của Đức Chúa Trời. Chúa biết công việc Ngài đã giao cho A-đam sẽ không thể làm một mình được; ông cần Ê-va. Họ được tạo dựng để bổ sung cho nhau. Và phải sau khi Ê-va được tạo ra, Đức Chúa Trời mới tuyên bố sự sáng tạo của Ngài "thật rất tốt đẹp" (Sáng 1:31). Được tạo dựng theo ảnh tượng của Đức Chúa Trời như một *ezer* (người giúp đỡ), chúng ta rất cần cho kế hoạch của Đức Chúa Trời. Chúng ta hỗ trợ công việc mà Ngài đang làm trong các Hội Thánh, gia đình, cộng đồng địa phương và trên toàn cầu.

Khi bạn đọc về việc Đức Chúa Trời tạo dựng Ê-va, điều gì nổi bật đối với bạn? Những câu này đối sánh như thế nào với những thông điệp bạn đang nghe về giới tính và bản sắc trong văn hóa ngày nay?

Có thể nhiều điều đã xuất hiện trong trí khi bạn suy nghĩ về sự tạo dựng Ê-va, nhưng tôi muốn bạn chú ý đến hai điều. Đầu tiên là bản chất cộng đồng của Đức Chúa Trời. Việc tạo ra Ê-va với tư cách là người giúp đỡ hoặc bạn đồng hành của A-đam nhắc nhở chúng ta về Chúa Ba Ngôi—mối tương giao giữa Đức Chúa Cha, Đức Chúa Con và Đức Thánh Linh. Cộng đồng và các mối tương giao là một phần trong chính bản thể của Chúa, và chúng cũng đã có trong bản chất của chúng ta ngay từ đầu. Chúa không có ý định cho chúng ta sống trong sự cô lập. Thứ hai, Phao-lô trong Ê-phê-sô 5 dạy chúng ta rằng Sáng Thế Ký 2:24 thực sự nói về Đấng Christ và Hội Thánh của Ngài. Mối quan hệ giữa A-đam và Ê-va không chỉ là hình mẫu cho mối tương giao của Đức Chúa Trời với chính Ngài, mà nó còn là hình mẫu cho mối tương giao mà Ngài muốn có với bạn và tôi.

BÂY GIỜ HÃY ĐỌC SÁNG THẾ KÝ 3:1-19. Hãy xem kỹ Sáng Thế Ký 3:4-5. Tóm tắt sự lừa dối của con rắn. Nó dụ dỗ Ê-va bằng cách nào? Bạn nghĩ tại sao Ê-va sa vào sự cám dỗ?

Thủ đoạn của kẻ thù không thay đổi. Hắn đã cám dỗ Ê-va nghi ngờ và chối bỏ lời Đức Chúa Trời thể nào, thì hắn cũng thì thầm vào tai chúng ta những nghi ngờ thể ấy. Về căn bản, hắn nói với Ê-va rằng Đức Chúa Trời không tốt, rằng Ngài đang giấu diếm bà. Nếu bà phá vỡ một quy tắc của Chúa, bà có thể giống như Chúa. Chúng ta đã cố gắng trở thành Chúa kể từ đó. A-đam và Ê-va được gì khi không tuân theo quy tắc của Đức Chúa Trời? Sự chia cắt khỏi Đức Chúa Trời—một hậu quả không thể tưởng tượng được—dẫn đến những điều như sợ hãi, tội lỗi, xấu hổ, chia rẽ trong mối quan hệ của họ với nhau, và cuối cùng là sự chết. Kinh Thánh nói rõ rằng tiền công của tội lỗi là sự chết (Rô 6:23). Tội lỗi của A-đam và Ê-va không chỉ ảnh hưởng đến họ. Tội lỗi của họ đã được truyền sang hậu tự họ. Trong Sáng Thế Ký 4, vai trò người mẹ đầu tiên của Ê-va bị lu mờ bởi tiền công của tội lỗi khi con trai bà là Ca-in giết chết em trai mình là A-bên. Và đây là khuôn mẫu vẫn tiếp tục cho đến tận ngày nay.

ĐỌC LẠI SÁNG THẾ KÝ 3:15 VÀ ĐỌC 3:20-24. Những điều Đức Chúa Trời làm sau sự phạm tội đầu tiên (của A-đam và Ê-va) dạy bạn điều gì về chính Ngài?

Đức Chúa Trời đã giết một con vật mà Ngài tuyên bố là tốt lành để che chắn cho A-đam và Ê-va. Ở đây chúng ta thấy lòng thương xót cũng như sự chu cấp của Ngài. Con vật này là hình bóng về Đức Chúa Jêsus Christ, Chiên Con của Đức Chúa Trời bị giết vì tội lỗi của thế gian. Huyết của Đấng Christ che phủ chúng ta khỏi tội lỗi của mình, và giờ đây chúng ta được mặc lấy sự công chính của Ngài. Chúa Jêsus cũng xuất hiện trong sự rủa sả Đức Chúa Trời dành cho con rắn (Sáng 3:15). Ngài sẽ hủy diệt Sa-tan, con rắn, một lần đủ cả (Khải 20). Vì Đức Chúa Trời tốt lành và chỉ làm điều tốt lành nên chúng ta có thể tạ ơn Ngài. Đức Chúa Trời đã chu cấp "đường đi" (Giăng 14:6) để chúng ta có mối tương giao đúng đắn với Ngài. Hãy bám lấy Chúa Jêsus. Hãy để Ngài chuộc lại câu chuyện của bạn. Hãy học hỏi từ Ê-va. Như bạn sẽ thấy trong những ngày sắp tới, câu chuyện của tất cả những người phụ nữ trong Kinh Thánh—và câu chuyện của bạn và của tôi—đều chịu ảnh hưởng bởi Ê-va.

Hãy kết thúc bài học hôm nay bằng thời gian suy tư và cầu nguyện. Câu chuyện của Ê-va tác động như thế nào đến bạn trong mối tương giao và sự tận hiến cho Đức Chúa Trời?

TUẦN MỘT

Sa-ra

ĐƯỢC ĐỨC CHÚA TRỜI CHỌN

Soạn giả: Mary C. Wiley

Câu chuyện của Sa-ra được ghi lại trong Sáng Thế Ký 11–25. Bà được biết đến nhiều nhất vì đã kết hôn với Áp-ra-ham, là mẹ của Y-sác và dân Y-sơ-ra-ên thông qua ông, và bà đã cười Đức Chúa Trời khi Ngài hứa bà sẽ sinh con lúc đã về già. Sa-ra cũng được đề cập đến trong Ê-sai 51:2; Rô-ma 4:19; Rô-ma 9:9; Ga-la-ti 4; Hê-bơ-rơ 11:11; và 1 Phi-e-rơ 3:6.

Mặc dù Thế Hệ Z và Thế Hệ Thiên Niên Kỷ (Millennials) có thể cảm thấy áp lực này sâu sắc nhất, nhưng không có gì bí mật khi các thuật toán của truyền thông xã hội khuyến khích chúng ta vun đắp cho "thương hiệu" cá nhân của mình một cách cẩn thận. Thuật toán yêu thích tính thẩm mỹ hoàn hảo và tập trung vào duy chỉ một điều. Nhưng đằng sau mỗi bộ ảnh đẹp là một con người thật với những cảm xúc thật, những ước mơ, sợ hãi, sự chung thủy và nghi ngờ. Con người phức tạp hơn nhiều so với những gì màn hình thể hiện.

Tương tự như vậy, khi chúng ta đọc câu chuyện về Áp ram và Sa-rai (sau đổi tên thành Áp-ra-ham và Sa-ra), có hàng nghìn ngày chúng ta không thấy được. Thật dễ dàng để quên Sa-ra là một người thực sự sống trong một thời điểm cụ thể. Tôi sẽ là người đầu tiên thừa nhận rằng tôi không phải lúc nào cũng hâm mộ bà, nhưng Chúa đã nêu bật đức tin của bà cho chúng ta (Hê 11:11). Bà phức tạp với sự trung tín và thất bại, bạn và tôi cũng vậy.

HÃY ĐỌC SÁNG THẾ KÝ 12:1-5 VÀ 15:1-6.

Sách Sáng Thế Ký ghi lại những câu chuyện về các tổ phụ của Y-sơ-ra-ên—Áp-ra-ham, Y-sác và Gia-cốp. Họ là gia đình được Đức Chúa Trời chọn để qua đó dân Y-sơ-ra-ên, và cuối cùng là Đấng Mê-si-a, sẽ đến. Đấng Mê-si-a này là Đấng Cứu Rỗi mà Đức Chúa Trời đã hứa trong Sáng Thế Ký 3:15, Đấng sẽ sửa chữa những gì đã bị hỏng khi Ê-va phạm tội. Áp-ram là tổ phụ đầu tiên, và Sa-rai là vợ của ông.

> Hãy tra cứu từ *ban phước* trong từ điển và sau đó đưa ra định nghĩa của riêng bạn.

Đức Chúa Trời hứa sẽ làm cho Áp-ram trở thành "một dân lớn," để "làm rạng rỡ danh [ông]," và để ban phước cho những người khác qua ông. Phước lành này đối lập trực tiếp với lời rủa sả được công bố trong Sáng Thế Ký 3. Sau khi tội lỗi ngăn cách con người với Đức Chúa Trời, ở đây chúng ta thấy rằng Đấng Lập Lời Hứa đang tự khẳng định mình là Đấng sẽ thực hiện mọi công việc kéo họ trở lại với Ngài; và Ngài dự định sử dụng Áp-ram và Sa-rai trong quá trình đó.

Chúng ta không biết cuộc trò chuyện giữa Áp-ram và Sa-rai diễn ra như thế nào sau khi Đức Chúa Trời kêu gọi họ từ bỏ cuộc sống của mình, nhưng chúng ta biết họ đã vâng lời, lên đường hướng về Ca-na-an với tất cả tài sản của mình, có lẽ không có ý định quay trở lại. Và sau đó, khi Đức Chúa Trời lặp lại những lời hứa này và bày tỏ cho Áp-ram nhiều chi tiết hơn, ông đã "tin Đức Giê-hô-va" (Sáng 15:6). Đức Chúa Trời đã bày tỏ chính mình, và đáp ứng là sự vâng phục của Áp-ram và Sa-rai.

Hãy nghĩ về một thời điểm khi Đức Chúa Trời can thiệp rõ ràng vào cuộc đời bạn. Bạn đã đáp lại bằng sự vâng lời và đức tin, hay bạn đã chọn không lắng nghe?

HÃY ĐỌC SÁNG THẾ KÝ 16:1-6.

Sa-rai bị hiếm muộn, điều này thường mang đến nỗi xấu hổ sâu xa cho những người sống trong một xã hội nông nghiệp xem trọng việc có những người thừa kế có thể tham gia vào công việc khó nhọc là khai thác đất đai. Nghĩ đến tuổi già của mình, Sa-rai lập ra một kế hoạch để bảo đảm có được dòng dõi mà Đức Chúa Trời đã hứa với Áp-ram. Sẽ không có gì lạ nếu những đứa trẻ được sinh ra theo cách này, thông qua một hình thức mang thai hộ. Tuy nhiên, ở đây nó được cho là không khôn ngoan, vì động cơ là để tự tay mình thực hiện lời hứa của Đức Chúa Trời.

Sa-rai nói ai đã ngăn cản bà có con?

Đã bao nhiêu năm trôi qua kể từ khi Đức Chúa Trời lần đầu hứa ban phước cho dòng dõi của Áp-ram (Sáng 12; 15)?

Chúng ta có thể hình dung nỗi thất vọng của Sa-rai. Đã khá lâu kể từ khi lời hứa này được công bố, và bà cũng đã qua tuổi sinh nở; ngay cả khi bà có thể có con thì điều đó dường như là không thể ở tuổi của bà. Để bà có con bây giờ thì chỉ có Chúa làm phép lạ mới thành.

Bạn học được gì về Sa-rai ở đây? Về mối tương giao của bà với Chúa? Hãy lưu ý bất kỳ điểm tương đồng nào mà bạn thấy giữa Sa-rai và Ê-va.

Ngày mai chúng ta sẽ xem xét kỹ hơn những hệ quả từ kế hoạch của Sa-rai khi chúng ta học về A-ga. Nhưng bây giờ, hãy tập trung vào Sa-rai. Giống như Ê-va, Sa-rai không tin cậy Đức Chúa Trời mà thay vào đó, bà tự mình giải quyết vấn đề. Ngoài ra, giống như Ê-va, bà nhanh chóng đổ lỗi cho chồng về những hậu quả do lỗi lầm của mình gây ra.[2] Những khuôn mẫu tội lỗi trong các chương đầu của sách Sáng Thế Ký cũng giống như khuôn mẫu mà chúng ta thấy trong cuộc sống của mình ngày nay, phải không? Khi kế hoạch của Sa-rai thành công, sự hỗn loạn xảy ra sau đó. Cách Sa-rai đối xử với A-ga mang lại sự khinh miệt, và sự khinh miệt của A-ga đối với Sa-rai dẫn đến sự hối tiếc. Sa-rai đổ lỗi cho Áp-ram, mọi thứ trở nên tồi tệ và cuối cùng A-ga bỏ đi.

HÃY ĐỌC SÁNG THẾ KÝ 17:1-22; 18:10-15; VÀ 21:1-7.

Đối với Áp-ram và Sa-rai, sự chậm trễ trong việc thực hiện lời hứa của Đức Chúa Trời đã dẫn đến sự nghi ngờ và thiếu kiên nhẫn, nhưng Ngài không quên. Đức Chúa Trời tái lập giao ước của Ngài với Áp-ram, ban cho ông và Sa-rai những cái tên mới—Áp-ra-ham và Sa-ra—và cuối cùng là danh tính mới với tư cách là cha mẹ của một dân tộc được chọn (Sáng 17). Rồi một ngày kia, Sa-ra và Áp-ra-ham nhận được lời hứa của Đức Chúa Trời (Sáng 21), nhưng nó lớn hơn điều họ có thể tưởng tượng. Cuối cùng, Đức Chúa Trời sẽ ban phước cho cả thế giới trong Đấng Christ, là hậu tự (Sáng 3:15) sẽ xuất thân từ dòng dõi của họ (Mat 1). Sự thành tín của Chúa không bao giờ sai trật.

ĐỌC GA-LA-TI 4:21-31 VÀ HÊ-BƠ-RƠ 11:11-19. Câu chuyện của Sa-ra có phù hợp với câu chuyện lớn hơn trong Kinh Thánh về công tác cứu chuộc của Đức Chúa Trời hầu kéo chúng ta trở về với Ngài hay không?

Ga-la-ti 4:21-31 cho thấy Sa-ra là một minh họa về giao ước mới, hay mối tương giao mới giữa Đức Chúa Trời và dân sự Ngài trong Đấng Christ. Chúng ta là con cháu của bà, được sinh ra một cách kỳ diệu từ sự son sẻ để đến sự tự do. Tất cả những điều này là công việc của một mình Đức Chúa Trời mà thôi. Ngài là Đấng Thi Hành giao ước, Đấng Chu Cấp phương tiện và Đấng ban sự tự do. Hê-bơ-rơ 11 mô tả Sa-ra đã sống trong đức tin, bất chấp những sai lầm và tội lỗi của bà. Mọi người sẽ được ban phước qua bà vì Chúa Jêsus sẽ được sinh ra từ dòng dõi của bà. Đức Chúa Trời thành tín giữ lời hứa của Ngài trong cả việc ban Y-sác và sai Chúa Jêsus đến. Lời kêu gọi của Ngài chỉ đơn giản là tin cậy và nhẫn nại. Lời kêu gọi tin cậy và nhẫn nại cũng là lời kêu gọi dành cho chúng ta ngày nay.

Hãy kết thúc bài học hôm nay bằng thời gian suy tư và cầu nguyện. Đức tin của bạn chịu thách thức như thế nào bởi tấm gương của Sa-ra và những tấm gương về sự thành tín của Đức Chúa Trời mà bạn thấy trong câu chuyện của bà?

A-ga

ĐƯỢC CHÚA NHÌN THẤY

Soạn giả: Elizabeth Hyndman

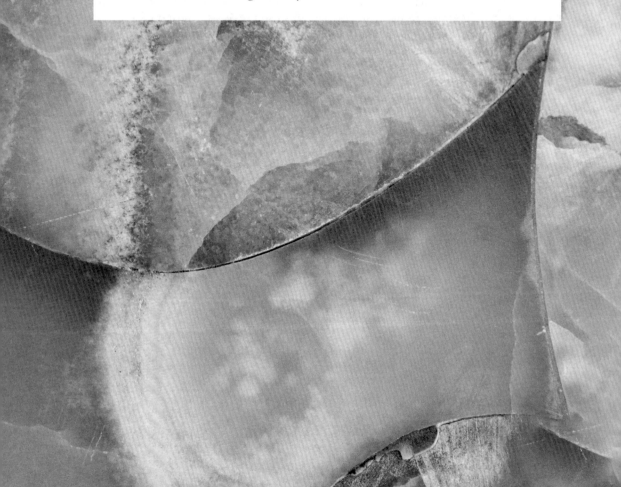

Câu chuyện của A-ga được ghi lại trong Sáng Thế Ký 16 và Sáng Thế Ký 21. Bà được biết đến nhiều nhất với vai trò là người hầu của Sa-rai và là mẹ của Ích-ma-ên. A-ga cũng được nhắc đến trong Sáng Thế Ký 25:12 và Ga-la-ti 4.

Trong Sáng Thế Ký 2, chúng ta đọc về nhiệm vụ đầu tiên của con người: đặt tên cho các loài động vật. Tôi ước gì có thêm chi tiết ở đây. Tôi muốn biết những việc như cách A-đam chọn tên và ngôn ngữ khi đó như thế nào. Tôi có thể lạc mất trong những câu hỏi này khá lâu, nhưng quan điểm của tôi ở đây là ngay từ đầu, việc đặt tên đã rất quan trọng; nó xứng đáng để ghi lại đến tận ba câu Kinh Thánh (Sáng 2:19-20; 3:20) trong ký thuật sáng tạo ngắn gọn. Trong bài học hôm nay, chúng ta sẽ xem xét một người phụ nữ đã đặt tên cho Chúa. Và tên bà là A-ga.

HÃY ĐỌC SÁNG THẾ KÝ 16:1-6. Đây là những câu bạn đã xem ngày hôm qua từ quan điểm của Sa-ra. Hôm nay chúng ta hãy xem xét A-ga. Bà là ai? Hãy liệt kê tất cả những gì bạn biết về bà từ những câu này.

Chúng ta không biết chắc chắn, nhưng nhiều học giả tin rằng A-ga có lẽ đã được mua làm người hầu cho Sa-rai trong thời gian bà ở Ai Cập. Từ được dịch là *nô lệ* hoặc *đầy tớ* trong Sáng Thế Ký 16:1 chỉ ra rằng A-ga rất có thể là một người hầu riêng của Sa-rai, không phải là một nô lệ thông thường trong gia đình. Điều này đã cho Sa-rai quyền chỉ huy A-ga.[3] Mặc dù thông lệ để cho nô lệ làm người để thay không hoàn toàn là bất thường vào thời đó, nhưng Kinh Thánh nói rõ rằng việc Sa-rai dâng A-ga cho Áp-ram là sai. Trong Sáng Thế Ký 15, Đức Chúa Trời hứa với Áp-ram rằng dòng dõi của ông sẽ đông hơn các ngôi sao. Sáng Thế Ký 15:6 nói rằng Áp-ram tin Đức Chúa Trời. Tuy nhiên, ngay trong chương tiếp theo, ông đã tin vào sự thiếu kiên nhẫn của bà Sa-rai về thời điểm của Đức Chúa Trời. Áp-ram ngủ với A-ga, và bà có thai.

Bạn đã xem xét điều này một cách ngắn gọn ngày hôm qua, nhưng hãy xem xét kỹ hơn Sáng Thế Ký 16:4-6. Điều gì đã xảy ra với mối quan hệ giữa Sa-rai và A-ga khi A-ga biết bà đang mang thai đứa con của Áp-ram? Cá nhân A-ga bị ảnh hưởng thế nào trước những quyết định của Sa-rai?

A-ga khinh thường Sa-rai (c. 4). Chúng ta không biết điều đó xảy ra như thế nào và chỉ có thể tưởng tượng những chi tiết cụ thể, nhưng chúng ta biết rằng Sa-rai đã đổ lỗi cho Áp-ram vì A-ga khinh thường bà (c. 5). Áp-ram bảo Sa-rai hãy làm những gì bà ấy muốn với người hầu của mình; tức là đảo ngược vai trò của A-ga—từ một người "vợ" của Áp-ram (16:3) và là mẹ của con trai ông, A-ga trở về với vai trò đầy tớ của vợ ông. Sa-rai ngược đãi A-ga nên A-ga bỏ chạy (c. 6).

HÃY ĐỌC SÁNG THẾ 16:7-16. Hãy lập danh sách tất cả những hành động được gán cho thiên sứ của Chúa hoặc chính Chúa trong những câu này.

Sau khi A-ga rời nhà Sa-rai, chúng ta được cho biết, "Thiên sứ của Đức Giê-hô-va gặp nàng bên một suối nước trong hoang mạc" (c. 7). Chúng ta không biết ai là thiên sứ của Chúa trong phân đoạn này. Thiên sứ có nghĩa đen là sứ giả, vì vậy có thể đây là sứ giả của Chúa. Một số học giả cho rằng thiên sứ của Chúa trong đoạn Kinh Thánh này chính là Đấng Christ tiền nhập thể, nghĩa là Con Đức Chúa Trời trước khi Ngài nhập thể làm người và sống ở giữa chúng ta. Cách thiên sứ của Chúa được đối đáp và được bàn đến trong phân đoạn này dường như ủng hộ niềm tin rằng "thiên sứ của Đức Giê-hô-va" trong trường hợp này là thần linh.[4] Thiên sứ của Chúa tìm thấy A-ga. Người nói chuyện với bà. Người nghe tiếng bà. Đức Chúa Trời là Đấng đầy năng quyền, tể trị, thông biết tất cả và toàn năng. Ngài cũng là Đấng có vị cách. Ngài đến gặp một nữ nô lệ trẻ đang chạy trốn và nói chuyện với bà. Hãy để điều đó lắng đọng vào lòng bạn.

Thiên sứ của Đức Giê-hô-va đã hứa gì với A-ga? Tại sao những lời hứa đó lại quan trọng đối với bà, dựa trên những gì bạn biết về cuộc sống của bà?

A-ga đến từ một thế giới mà các vị thần "không tiết lộ bản chất của họ."[5] Họ ở rất xa; Đức Chúa Trời của Áp-ra-ham đã đến gần. Không những thế, Ngài còn hứa với A-ga. Ngài bảo bà đặt tên cho con trai là Ích-ma-ên, có nghĩa là "Chúa nghe." Ngài phán con trai của bà sẽ giống như "con lừa rừng" và sẽ "ở trong thế đối nghịch với tất cả anh em mình." Điều này cho thấy cuộc sống của Ích-ma-ên sẽ không giống như cuộc sống của mẹ ông—bị bắt làm nô lệ ở một vùng đất xa lạ. Thay vào đó, ông sẽ độc lập nhưng sống một cuộc đời thù địch với những người khác.[6]

HÃY ĐỌC LẠI SÁNG THẾ KÝ 16:13. A-ga đặt tên gì cho Đức Chúa Trời, và tên đó có nghĩa gì?

Câu chuyện của A-ga nói gì với bạn về Chúa? Câu chuyện của bà khơi dậy trong lòng bạn những cảm xúc gì?

Trong câu 15, chúng ta học một khía cạnh quan trọng khác trong câu chuyện của A-ga. Bà có một con trai và Áp-ram đặt tên là Ích-ma-ên. Tua nhanh qua câu chuyện của A-ga. Sa-ra và Áp-ra-ham có tên mới và con trai mới, Y-sác.

BÂY GIỜ HÃY ĐỌC SÁNG THẾ KÝ 21:8-21.

Một lần nữa, chúng ta thấy A-ga tuyệt vọng và ở trong đồng vắng. Lần này, Ích-ma-ên đi cùng bà, và có vẻ như họ sẽ không sống sót. Trong câu 17, chúng ta đọc rằng "Đức Chúa Trời nghe tiếng đứa trẻ khóc."

HÃY SO SÁNH SÁNG THẾ KÝ 21:8-21 VỚI 16:7-16. Phân đoạn trong Sáng Thế Ký 21 gợi nhớ và bổ sung cho phân đoạn trong Sáng Thế Ký 16 như thế nào?

Trong cả hai trường hợp, A-ga thấy mình ở nơi hoang mạc do hành vi sai trái đối với Sa-ra. Lần đầu tiên, bà tỏ ra khinh bỉ Sa-ra; lần thứ hai Ích-ma-ên chế giễu con trai của Sa-ra. Trong mỗi bối cảnh, Chúa đến gần A-ga. Ngài nhìn thấy bà và nghe tiếng bà. Tên của A-ga có nghĩa là "chạy." Có thể nó cũng có cùng gốc từ với từ "người lạ" hoặc "người nước ngoài."[7] A-ga là một nô lệ, một khách lạ, một người trốn chạy, và Đức Chúa Trời đã nhìn thấy bà. Bạn và tôi cũng từng là nô lệ, mắc kẹt trong vòng nô lệ của tội lỗi, và Chúa đã nhìn thấy chúng ta. Và Ngài đã giải cứu chúng ta qua Chúa Jêsus, sự ứng nghiệm tối hậu lời hứa của Đức Chúa Trời với Áp-ra-ham.

Hôm nay bạn được yên ủi như thế nào bởi lẽ thật rằng Đức Chúa Trời nhìn thấy, biết và yêu thương bạn?

Hãy dành một chút thời gian để cầu nguyện. Cảm ơn Chúa vì đã đưa câu chuyện của A-ga vào Kinh Thánh. Hãy ngợi khen Ngài là Đức Chúa Trời nhìn thấy và nghe tiếng chúng ta trong đau khổ của chúng ta. Hãy xưng nhận mọi hành vi sai trái, biết rằng Cha trên trời của chúng ta là Đức Chúa Trời yêu thương và cá nhân, Đấng nhìn thấy bạn.

TUẦN MỘT

Rê-bê-ca

ĐƯỢC ĐỨC CHÚA TRỜI SỬ DỤNG

Soạn giả: Rachel Matheis Shaver

Câu chuyện của Rê-bê-ca được ghi lại trong Sáng Thế Ký 24–28. Bà nổi tiếng vì đã kết hôn với Y-sác, con trai của Áp-ra-ham; là mẹ của cặp song sinh Gia-cốp và Ê-sau; và là người ủng hộ con trai bà là Gia-cốp và thao túng hoàn cảnh để có lợi cho ông. Rê-bê-ca cũng được nhắc đến trong Sáng Thế Ký 28:5; 29:12; 35:8; 49:31; và Rô-ma 9:10.

Hãy để tôi bắt đầu bằng cách khẳng định rằng chúng ta sẽ bàn đến *phần lớn* sách Sáng Thế Ký khi chúng ta xem xét câu chuyện của Rê-bê-ca ngày hôm nay. Hãy đồng hành với tôi! Tôi sẽ chỉ ra những phần giúp bạn kết nối các sự kiện, và cố gắng hết sức để tóm tắt các chương hầu cho bạn có thể kết thúc bài học ngày hôm nay và học được nhiều điều về vai trò của Rê-bê-ca trong kế hoạch cứu chuộc của Đức Chúa Trời dành cho dân sự Ngài qua Đức Chúa Jêsus.

HÃY BẮT ĐẦU BẰNG CÁCH ĐỌC TOÀN BỘ SÁNG THẾ KÝ 22. Sau đó hãy đọc lại các câu 17-18. Đức Chúa Trời đã hứa gì với Áp-ra-ham? Hãy viết lời hứa của Ngài cho Áp-ra-ham dưới đây. Chúng ta sẽ trở lại vấn đề này nhiều lần.

Câu chuyện của Rê-bê-ca bắt đầu trong Sáng Thế Ký 22:23. Bê-tu-ên là cha của Rê-bê-ca, và Bê-tu-ên cũng là cháu của Áp-ra-ham.

BÂY GIỜ HÃY ĐỌC HẾT SÁNG THẾ KÝ 24. Hãy viết ra bất kỳ quan sát nào bạn nhìn thấy về cách Đức Chúa Trời hành động trong phần này của câu chuyện về Rê-bê-ca.

Một thời gian sau khi Sa-ra qua đời, Áp-ra-ham bắt đầu tìm vợ cho con trai họ là Y-sác. Ông muốn vợ của Y-sác không xuất thân từ Ca-na-an mà ra từ quê hương ông, và đặc biệt hơn là từ gia đình ông. Vì vậy, Áp-ra-ham đã chỉ dẫn rất cụ thể cho đầy tớ của mình và bảo người này lên đường. Người đầy tớ biết đây là một nhiệm vụ khó khăn. Ông đã cầu nguyện với Đức Chúa Trời một cách rất cụ thể để Ngài giúp tìm người vợ phù hợp cho Y-sác. Ông muốn chắc chắn rằng mình đang hành động theo ý muốn của Đức Chúa Trời. Và lặp đi lặp lại trong Sáng Thế Ký 24, chúng ta thấy sự xác nhận rằng ông đã ở trong ý muốn của Đức Chúa Trời.

Đức Chúa Trời biết rõ sự cam kết của Áp-ra-ham trong giao ước ông có với Ngài, Ngài biết tấm lòng người đầy tớ muốn vinh danh chủ của mình, và Ngài biết chính xác Rê-bê-ca sẽ ở đâu vào đúng thời điểm ngay cả khi "người đầy tớ chưa dứt lời" (c. 15). Đức Chúa Trời đã nghe lời cầu nguyện cụ thể của người đầy tớ và nhậm lời cách cụ thể. Ngài không chừa chỗ cho sự nhầm lẫn. Ngài nhìn thấy đúng nhu cầu và chu cấp một cách hoàn hảo.

Lần cuối cùng Chúa đáp lại một lời cầu nguyện cụ thể của bạn là khi nào? Bạn đã đáp ứng ra sao?

Đức Chúa Trời mà chúng ta hầu việc thật là vĩ đại! Khi chúng ta cầu nguyện, Chúa nghe chúng ta. Khi chúng ta có nhu cầu, Đức Chúa Trời có thể chu cấp. Khi Ngài chu cấp, chúng ta nên đáp ứng bằng sự thờ phượng với lòng biết ơn, giống như người đầy tớ đã làm (Sáng 24:26-27). Thật dễ dàng để chúng ta cảm thấy như Chúa không quan tâm đến những chi tiết trong cuộc sống cá nhân của mình trong bối cảnh câu chuyện vĩ đại này của Ngài, nhưng điều đó hoàn toàn không đúng. Ngài nhìn thấy. Ngài lắng nghe. Ngài hiện diện trong từng chi tiết. Và Ngài chu cấp một cách hoàn hảo.

HÃY ĐỌC LẠI SÁNG THẾ KÝ 24:60 VÀ 22:17-18. Bạn để ý thấy điều gì?

Chúng gần như giống hệt nhau. Không có dấu hiệu nào cho thấy gia đình của Rê-bê-ca biết về giao ước mà Đức Chúa Trời đã lập với Áp-ra-ham, nhưng ở đây Đức Chúa Trời đang đưa ra một lời nhắc nhở cho gia đình mới chớm nở này và cho chúng ta hàng ngàn năm sau rằng Ngài biết chính xác những gì Ngài đang làm, một cách hoàn hảo.

Vì chúng ta không thể đi sâu vào câu chuyện của Rê-bê-ca trong khoảng thời gian giới hạn hôm nay, hãy dùng bảng này để xem xét một số khoảnh khắc quan trọng của bà. (Nếu hoặc khi bạn có thời gian, hãy đọc hết Sáng Thế Ký 24–28.)

Phân Đoạn Kinh Thánh	Những quan sát về Rê-bê-ca, mối liên hệ của bà với gia đình bà, và/hoặc vai trò của bà trong câu chuyện lớn hơn của Đức Chúa Trời.
Sáng Thế Ký 25:19-26	
Sáng Thế Ký 27:1-40	
Sáng Thế Ký 27:41—28:9	
Sáng Thế Ký 49:28-32	

Giống như nhiều người phụ nữ trong Kinh Thánh, một số điểm cao và một số điểm thấp của Rê-bê-ca đã được ghi lại cho chúng ta. Rê-bê-ca cũng gặp khó khăn khi mang thai, giống như mẹ chồng bà là Sa-ra. Y-sác đã đến với Chúa cầu thay cho bà, và Chúa đã nhậm lời cầu nguyện của ông. Rê-bê-ca mang thai cặp song sinh, Ê-sau và Gia-cốp. Chương 26 ghi lại việc Y-sác và Rê-bê-ca phải dời đi vì nạn đói, và chương 27 cho biết Rê-bê-ca và Gia-cốp đánh cắp phước lành dành cho Ê-sau từ người cha Y-sác già và mù lòa (chắc chắn không phải là khoảnh khắc tuyệt vời nhất của bà). Vì điều này, Ê-sau đã âm mưu giết em trai mình, và chương 28 mở ra với cảnh Y-sác và Rê-bê-ca tiễn Gia-cốp đi, trở về quê hương của mẹ ông. Tội lỗi tàn phá các mối quan hệ trong gia đình, nhưng Đức Chúa Trời vẫn thành tín với lời hứa của Ngài.

HÃY MỞ SANG MA-THI-Ơ 1:1-17, phần ghi lại gia phả của Chúa Jêsus, và hãy đọc nó ngay bây giờ. Rê-bê-ca không được nhắc đến trong gia phả, nhưng phần của bà nằm trong câu nào?

Rê-bê-ca là bà nội của mười hai chi phái Y-sơ-ra-ên ("Giu-đa và anh em người," Mat 1:2). Quan trọng hơn, Chúa Jêsus—Đấng Cứu Rỗi của thế gian—đã được sinh ra từ dòng dõi của Rê-bê-ca và Y-sác. Bạn có nhớ lời hứa mà Đức Chúa Trời đã lập với Áp-ra-ham khi bắt đầu bài học hôm nay không?

Ta sẽ ban phước dồi dào cho con, làm cho dòng dõi con đông như sao trời, nhiều như cát biển, và dòng dõi con sẽ chiếm được cổng thành quân địch. Tất cả các dân tộc trên thế giới đều sẽ nhờ dòng dõi con mà được phước, vì con đã vâng lời Ta.

SÁNG THẾ KÝ 22:17-18

Chúng ta đã đọc về Áp-ra-ham và Sa-ra, Y-sác và Rê-bê-ca cùng nhiều hậu tự của họ. Nhưng nhiều như sao trên trời và cát bãi biển ư? Đó là một lời hứa to lớn. Nhưng Đức Chúa Trời…

Nếu anh em thuộc về Đấng Christ thì anh em là dòng dõi Áp-ra-ham, tức là *những người thừa* kế theo lời hứa.

GA-LA-TI 3:29

Bạn đã nhận ra điều đó chưa? Nếu bạn gọi Đấng Christ là Cứu Chúa của mình, thì lời hứa của Đức Chúa Trời với Áp-ra-ham cũng chính là lời hứa mà Ngài đã hứa với tất cả chúng ta; vì nhờ có Chúa Jêsus, tất cả chúng ta đều là người thừa kế của một lời hứa mới mà Ngài đã mang đến thông qua sự chết và sự phục sinh của Ngài. Bạn có nhớ lời chúc phước mà gia đình Rê-bê-ca dành cho bà khi bà đi làm vợ của Y-sác nghe giống như giao ước mà Đức Chúa Trời đã lập với Áp-ra-ham một cách lạ lùng không?

Sau đó tôi nhìn xem, kìa, có một đoàn người rất đông không ai đếm được, từ các nước, các bộ tộc, các dân tộc, các thứ tiếng, đứng trước ngai và trước Chiên Con, mặc áo dài trắng, tay cầm lá kè. Họ lớn tiếng kêu rằng: "Sự cứu rỗi thuộc về Đức Chúa Trời của chúng ta, Đấng ngồi trên ngai, và thuộc về Chiên Con."

KHẢI HUYỀN 7:9-10

Gia đình mà Đức Chúa Trời đã hứa cho Áp-ra-ham ư? Đó chính là tất cả chúng ta, những người đều đã được đóng ấn bởi một lời hứa, được bảo đảm bằng sự chết của Con Đức Chúa Trời, là Đức Chúa Jêsus. Vì lòng thương xót và ân điển vô hạn của Đức Chúa Trời, chúng ta được thừa hưởng cơ nghiệp đời đời. Kế hoạch của Đức Chúa Trời là để Rê-bê-ca giúp sinh ra những thế hệ thực hiện lời hứa của Ngài với nhạc phụ của bà. Số lượng chi tiết và sự quan tâm mà Đức Chúa Trời đã dệt nên trong câu chuyện vĩ đại này cho chúng ta biết rất nhiều về việc Ngài là ai—Ngài là Đức Chúa Trời đầy lòng thương xót, luôn giữ lời hứa của chúng ta. Từng chi tiết trong cuộc sống của chúng ta ư? Điều đã có và sẽ đến ư? Ngài biết, Ngài thấy và Ngài quan tâm.

Điều gì đang đè nặng tấm lòng của bạn? Hãy trao nó cho Chúa và tin cậy Ngài sẽ giải quyết cho bạn. Hãy tạ ơn Ngài đã hiện diện trong từng chi tiết trong mỗi ngày của bạn.

Chúa nhìn thấy.

Ngài lắng nghe.

Ngài hiện diện trong

từng

chi tiết.

Ra-chên & Lê-a

ĐƯỢC CHÚA NHỚ ĐẾN

Soạn giả: Amanda Mejias

Câu chuyện của Ra-chên được ghi lại trong Sáng Thế Ký 29–35. Bà được biết đến nhiều nhất vì là em gái của Lê-a, kết hôn với Gia-cốp, mẹ của Giô-sép và Bên-gia-min, và là một trong những người mẹ của các chi phái Y-sơ-ra-ên. Ra-chên cũng được nhắc đến trong Sáng Thế Ký 46:19-25; Sáng Thế Ký 48:7; Ru-tơ 4:11; Giê-rê-mi 31:15; và Ma-thi-ơ 2:18.

Câu chuyện của Lê-a được ghi lại trong Sáng Thế Ký 29–35. Bà được biết đến nhiều nhất vì là chị gái của Ra-chên, kết hôn với Gia-cốp thông qua sự lừa dối của cha bà, và là mẹ của sáu chi phái Y-sơ-ra-ên, bao gồm cả chi phái Giu-đa, sẽ là dòng dõi của Chúa Jêsus. Lê-a cũng được nhắc đến trong Sáng Thế Ký 46:15-18; Sáng Thế Ký 49:31; và Ru-tơ 4:11.

Nếu bạn nói với tôi bốn năm trước rằng hôm nay tôi sẽ ở đâu, tôi sẽ không tin bạn. Vào thời điểm đó, tôi đang mang thai sáu tháng và rất sợ việc làm mẹ, đồng thời tôi đang làm một công việc mục vụ khiến tôi hoàn toàn kiệt quệ về tinh thần và tình cảm. Chồng tôi làm việc cùng với tôi, và hằng ngày tôi tự hỏi liệu anh ấy có bao giờ vui vẻ trở lại không. Mặc dù bao quanh chúng tôi là rất nhiều bạn bè yêu thương, nhưng đó là một giai đoạn đen tối và cô đơn đối với tôi. Tôi cảm thấy như Chúa đã quên tôi. Tôi nhớ mình đã thường xuyên cầu nguyện và nói với Ngài những điều như: *Đi học ở chủng viện chẳng phải là phí thời gian của con sao? Con chưa muốn làm mẹ; con chưa sẵn sàng. Tại sao Ngài lại đặt niềm đam mê này vào lòng con nếu Ngài không để con làm bất cứ điều gì với nó? CHÚA ƠI, NGÀI ĐANG LÀM GÌ VẬY?!*

Trong cuộc sống, có bao giờ bạn cảm nhận tương tự hay chưa? Hãy suy ngẫm về điều đó và lưu ý những gì bạn nhớ về thái độ của mình đối với Chúa.

Trong Sáng Thế Ký 29 và 30, chúng ta gặp Ra-chên và Lê-a—hai chị em trong hoàn cảnh độc đáo và không mong muốn. Cả hai đều là vợ của Gia-cốp, nhưng một người khao khát tình cảm của chồng trong khi người kia khao khát có con. Và dù mỗi người đều được ban phước dồi dào trong những lĩnh vực riêng biệt, nhưng họ không thể tập trung vào bất cứ điều gì ngoài những gì họ không có và việc dường như Đức Chúa Trời đã quên không giúp đỡ họ.

ĐỌC SÁNG THẾ KÝ 29:13-35 VÀ 30:1-16. Lòng Lê-a ước muốn điều gì? Ra-chên đã khao khát điều gì?

Mỗi người đã tự cố gắng giải quyết vấn đề của mình như thế nào?

Tôi giống Ra-chên và Lê-a nhiều hơn tôi muốn thừa nhận. Tôi thông cảm với những khao khát và bất mãn của họ vì tôi biết những lời cầu nguyện không được nhậm và những ước muốn bất thành là như thế nào. Chúng ta vẫn đang ở trong sách đầu tiên của Kinh Thánh, và có nhiều khuôn mẫu hành vi đang phát triển mà chúng ta nhận ra trong cuộc sống và các mối quan hệ của chính mình. Tôi biết thật khó để tin cậy sự tốt lành và sự tể trị của Đức Chúa Trời khi cuộc sống không có ý nghĩa hoặc chỉ đơn giản là khốn khổ. Tôi thường cố gắng làm chúa của riêng mình và thao túng để có giải pháp hoặc kết quả tốt nhất như thể tôi có quyền kiểm soát cuộc sống hoặc hoàn cảnh của mình.

Chúng ta rất dễ nghĩ rằng mình biết rõ hơn Chúa về những gì mình cần và điều gì là tốt nhất cho cuộc sống của mình. Lê-a và Ra-chên chắc chắn nghĩ rằng họ biết họ cần gì. Và thành thật mà nói, ai có thể đổ lỗi cho một người vợ muốn có tình yêu của chồng mình hay một người phụ nữ muốn có con? Đó dường như là những mong muốn tuyệt vời và tin kính! Tại sao Đức Chúa Trời lại muốn cầm giữ lại những điều tốt đẹp như vậy? Khoan đã. Nhưng Ngài có *thực sự* cầm giữ lại những điều tốt lành không?

HÃY ĐỌC CÁC PHÂN ĐOẠN SAU ĐÂY, và viết xuống điều mỗi phân đoạn Kinh Thánh nói.

Thi Thiên 84:11	
Ma-thi-ơ 7:7-11	

Được rồi, vậy nếu Đức Chúa Trời không cầm giữ lại những điều tốt lành cho con cái Ngài, thì Ngài đã làm gì với Ra-chên và Lê-a? Dù chúng ta biết rằng cả hai chị em đều có những ước muốn chưa được đáp ứng, nhưng chúng ta có thể thấy trong Kinh Thánh rằng Đức Chúa Trời đã bao gồm họ trong kế hoạch tốt lành của Ngài.

HÃY ĐỌC MA-THI-Ơ 1:1-17. Giống như Rê-bê-ca, Ra-chên và Lê-a không có tên trong gia phả của Chúa Jêsus, nhưng họ vẫn ở đó. Câu nào nói lên vai trò của họ trong câu chuyện cứu rỗi của Đức Chúa Trời?

Ra-chên và Lê-a không bao giờ biết toàn bộ câu chuyện mà Chúa đang viết cho họ và hậu tự của họ. Họ không hề biết Đức Chúa Trời sẽ viết tên và những câu chuyện của họ vào Kinh Thánh như thế nào. Họ không biết rằng các con trai của họ sẽ trở thành người lãnh đạo những chi phái hàng đầu của Y-sơ-ra-ên (Sáng 49:1-28) Họ sẽ không tin rằng một trong những người con trai của Ra-chên sẽ được Gia-cốp yêu thích và trở thành người cai trị Ai Cập (Sáng 41). Và họ sẽ không bao giờ ngờ rằng Giu-đa, con trai của Lê-a kém xinh đẹp và ít được yêu mến hơn, một ngày nào đó sẽ trở thành dòng dõi mà Đấng Cứu Rỗi của thế gian từ đó sinh ra (Mat 1:2).

Điều nguy hiểm đối với chúng ta là cho rằng nếu chúng ta chờ đợi đủ lâu, thì cuối cùng Chúa sẽ ban cho chúng ta điều mình nghĩ rằng Ngài đang cầm giữ lại mà không ban cho. Tôi hình dung tất cả chúng ta đã học một cách khó nhọc rằng mọi sự không đơn giản như vậy. Dù Đức Chúa Trời có ban cho chúng ta điều mình cầu xin hay không, thì Ngài vẫn là Đấng chúng ta cầu xin. Ngài là Đấng mà chúng ta than thở. Và Ngài là Đấng mà chúng ta tin cậy rằng Ngài biết chúng ta thực sự cần gì để thực hiện vai trò của mình trong câu chuyện của Ngài.

Tôi được nhắc nhở nhiều lần về điều Ê-sai 55:8-9 viết,

> Đức Giê-hô-va phán: "Ý tưởng Ta không phải là ý tưởng các ngươi, đường lối các ngươi chẳng phải là đường lối Ta. Vì các tầng trời cao hơn đất bao nhiêu, thì đường lối Ta cao hơn đường lối các ngươi, ý tưởng Ta cao hơn ý tưởng các ngươi cũng bấy nhiêu."

Đường lối của Đức Chúa Trời đơn giản là tốt hơn đường lối của chúng ta rất là nhiều. Đường lối của Ngài vĩ đại hơn những gì tôi có thể nghĩ ra cho đời sống của riêng mình, và nó tốt hơn bất kỳ kế hoạch nào mà Ra-chên và Lê-a có thể vạch ra hoặc thao túng.

> Nếu bạn thấy mình đang mong chờ Chúa làm điều gì đó, lẽ thật này ảnh hưởng thế nào đến cách bạn nhìn xem và chờ đợi Chúa trong giai đoạn này?

Hãy dành vài phút để cầu nguyện. Hãy xưng nhận bất kỳ đường lối nào mà bạn đã quên tin cậy sự tốt lành và quyền tể trị của Chúa trên đời sống bạn, hoặc bất kỳ những lĩnh vực nào mà bạn đang vật lộn với, chẳng hạn như sự thỏa lòng, niềm vui hoặc lòng biết ơn.

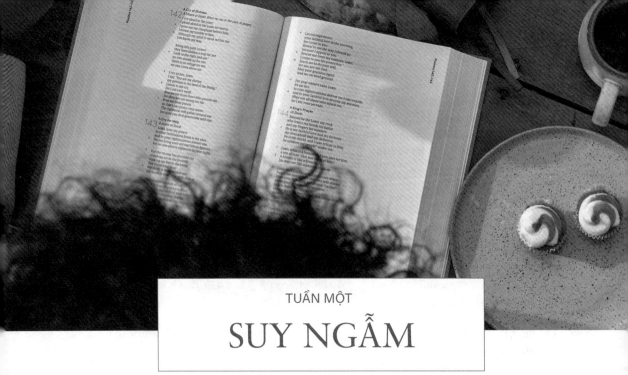

TUẦN MỘT

SUY NGẪM

Ê-va, Sa-ra, A-ga, Rê-bê-ca, Ra-chên & Lê-a

Hãy dành vài phút để suy ngẫm về những lẽ thật bạn khám phá được khi học Lời Đức Chúa Trời tuần này. Hãy viết bất kỳ suy nghĩ cuối cùng nào dưới đây, hoặc dùng khoảng trống để ghi chú trong cuộc thảo luận với nhóm học Kinh Thánh của bạn. Bạn có thể dùng ba câu hỏi ở trang sau để tự suy ngẫm hoặc thảo luận nhóm.

_____

_____

_____

_____

_____

_____

_____

_____

_____

_____

_____

Bạn có thể tải tài liệu hướng dẫn bài học *Tận Hiến* tại lifeway.com/devoted

Khi suy ngẫm về những phân đoạn Kinh Thánh bạn đọc tuần này,
điều gì nổi bật đối với bạn về bản tính của Đức Chúa Trời?

Bạn đã được thách thức và khích lệ như thế nào trong mối tương giao của bạn với
Chúa Jêsus qua phần Kinh Thánh mà bạn đã nghiên cứu?

Hãy viết ra một cách bạn có thể sử dụng những gì bạn
đã học được trong tuần này để khích lệ người khác.

Tuần Hai

TA-MA • MI-RI-AM • RA-HÁP
ĐÊ-BÔ-RA • NA-Ô-MI & RU-TƠ

Ta-ma

LỜI NHẮC VỀ SỰ THÀNH TÍN CỦA ĐỨC CHÚA TRỜI

Soạn giả: Emily Dean

Câu chuyện của Ta-ma được ghi lại trong Sáng Thế Ký 38. Bà được biết đến vì là con dâu của Giu-đa và là mẹ hai người con trai của ông. Ta-ma cũng được nhắc đến trong Ru-tơ 4:12; 1 Sử ký 2:4; và Ma-thi-ơ 1:3.

Con biết rằng Chúa có thể làm được mọi việc, không ai ngăn cản được ý
định của Ngài.

GIÓP 42:2

Bạn đã bao giờ gặp phải một hoàn cảnh khó khăn và tự hỏi không biết Đức
Chúa Trời làm thế nào để có thể mang lại điều gì tốt lành từ hoàn cảnh đó hay
chưa? Từ góc nhìn của chúng ta, đôi khi hoàn cảnh của mình có vẻ vô vọng. Góc
nhìn của con người chúng ta có giới hạn, nhưng góc nhìn của Đức Chúa Trời là
vô hạn. Trong bài học hôm nay, chúng ta sẽ xem xét cách Đức Chúa Trời thực
hiện kế hoạch nhân từ của Ngài thông qua một hoàn cảnh bi thảm.

HÃY ĐỌC SÁNG THẾ KÝ 38:1-11.

Câu chuyện về Giu-đa và Ta-ma được kể trong ký thuật về Giô-sép trong Sáng
Thế Ký, giữa việc Giô-sép bị bán làm nô lệ (Sáng 37) và sau đó bị tống vào tù
(Sáng 39). Việc đưa câu chuyện của Giu-đa vào vị trí này trong Sáng Thế Ký làm
nổi bật những lựa chọn sai lầm của Giu-đa với sự nhân từ của Đức Chúa Trời,
khi Ngài chọn Giu-đa là chi phái mà Chúa Jêsus sẽ được sinh ra. Sau khi thu lợi
từ sự bất hạnh của người em trai Giô-sép (Sáng 37:26-28), Giu-đa rời bỏ gia đình
và kết hôn với những người không thuộc các chi phái Y-sơ-ra-ên. Mọi thứ có vẻ
tốt đẹp cho Giu-đa khi Đức Chúa Trời ban phước cho ông có ba người con trai,
cho đến khi những người con trai của ông bắt đầu đưa ra những lựa chọn sai lầm
của riêng họ. Và ở đây chúng ta thấy Ta-ma xuất hiện trong bức tranh, người phụ
nữ mà Giu-đa đã chọn làm vợ cho con trai cả của ông, Ê-rơ. Hãy xem chúng ta
có thể khám phá điều gì về Ta-ma từ bản văn này.

Sáng Thế Ký 38:6-11 cho chúng ta biết gì về Ta-ma? Hãy liệt kê theo thứ tự
từng sự kiện trong cuộc đời của bà.

Sau khi chồng qua đời, Ta-ma trải qua một phong tục mà sau này được gọi là
hôn nhân nối dòng (levirate marriage). (Đọc Phục 25:5-10 để biết thêm thông tin
căn bản). Hôn nhân nối dòng "là cuộc hôn nhân giữa quả phụ với em trai của
chồng."[1] Đó là một phong tục giúp bảo đảm cả việc chu cấp và chăm sóc cho
người góa phụ và người thừa kế dòng tộc. Trước khi có luật pháp, phong tục này
quy định rằng chỉ có người bố chồng mới có thể giải phóng con dâu khỏi những
nghĩa vụ gia đình và cho phép cô kết hôn với người ngoài gia đình. Vì vậy, Giu-
đa có quyền kiểm soát tương lai của Ta-ma.

Giu-đa không nhận ra rằng cái chết của các con trai mình là hậu quả từ những hành động của họ. Thay vào đó, ông đổ lỗi cho Ta-ma, và viện cớ rằng đứa con trai út của ông chưa đủ tuổi kết hôn. Thay vì để Ta-ma sống trong nhà mình và tiếp tục chăm sóc bà như trách nhiệm của ông, ông lại cho bà trở về nhà cha mẹ ruột của bà.

Bạn thấy Đức Chúa Trời hành động ở đâu trong những câu Kinh Thánh này?

Đức Chúa Trời trực tiếp thi hành sự phán xét đối với hai người con trai lớn của Giu-đa, một dấu hiệu cho độc giả biết rằng dòng dõi Giu-đa đã lung lay vào thời điểm này trong câu chuyện. Có lẽ do ảnh hưởng từ người vợ gốc Ca-na-an của Giu-đa hoặc bởi bản tính ích kỷ, những người con lớn của Giu-đa đã xây lưng lại với Đức Chúa Trời của Gia-cốp, cha ông. Giữa sự phán xét từ Đức Chúa Trời, chúng ta cũng thấy lòng thương xót của Ngài khi Ta-ma được trở về nhà cha mẹ ruột của bà hơn là bị bỏ rơi.

BÂY GIỜ HÃY ĐỌC CÂU CHUYỆN CỦA TA-MA TRONG SÁNG THẾ KÝ 38:12-30

Bằng lời của bạn, hãy tóm tắt những gì xảy ra trong những câu này.

Khi so sánh hành động của Ta-ma với hành động của Giu-đa trong câu chuyện này, điều gì nổi bật với bạn? Điều gì làm bạn ngạc nhiên?

Đối với chúng ta, hành động của Ta-ma có vẻ gây sốc. Biết rằng Giu-đa đã không thực hiện được lời hứa của mình, bà đã tự mình giải quyết mọi việc để bảo đảm tương lai cho mình. Ta-ma không tin cậy vào sự chu cấp của Đức Chúa Trời dành cho mình, nhưng bất chấp điều đó, chúng ta thấy Đức Chúa Trời đang hành động qua bà. Trên thực tế, bà nhiều lần được nhắc đến như một phần quan trọng trong lịch sử Y-sơ-ra-ên (xem Ru-tơ 4:12), và Giu-đa thậm chí còn nói là bà đã "đúng" (c. 26). Giu-đa cần một người thừa kế hợp pháp để thực hiện lời hứa của Đức Chúa Trời với Ê-va (và sau đó là Áp-ra-ham), nhưng ông và các con trai của ông đã đặt lời hứa đó vào tình thế nguy hiểm. Nhờ sự thành tín của Đức Chúa Trời, hạt giống lời hứa của Ngài được bảo tồn.

HÃY ĐỌC MA-THI-Ơ 1:1-17. (Đặc biệt tập trung vào câu 3.) Việc Ta-ma được đưa vào dòng dõi Chúa Jêsus cho bạn thấy điều gì về Đức Chúa Trời? Về công việc của Ngài trong đời sống của bà?

Mặc dù câu chuyện của Ta-ma khiến chúng ta bất ngờ, nhưng có một điều chúng ta không cần phải bất ngờ—đó là sự thành tín của Đức Chúa Trời với lời hứa của Ngài. Bởi lòng thương xót vô biên, Đức Chúa Trời luôn thành tín với kế hoạch của Ngài. Các con của Ta-ma là Phê-rết và Xê-rách đều là những nhân vật chủ chốt trong dòng dõi Giu-đa. Kinh Thánh không cho chúng ta biết chuyện gì đã xảy ra với Ta-ma và liệu bà có sống trong gia đình của Giu-đa rồi nuôi dạy con cái của mình trong sự kính sợ và sự dạy dỗ của Chúa hay không. Chúng ta biết rằng các con trai của bà, không giống như hai người con lớn của Giu-đa (những người đã bị rút ngắn mạng sống do Chúa phán xét) được xem là những người được Chúa ban phước. Ta-ma thậm chí còn là một trong số ít phụ nữ được nhắc đến trong dòng dõi của Chúa Jêsus. Dù đôi khi được đề cập trực tiếp hoặc gián tiếp vận hành đằng sau hậu trường, nhưng Đức Chúa Trời đã hành động cứu chuộc gia đình này trong và qua mọi sự.

Làm thế nào để bạn có thể chủ động chọn tin cậy Chúa sẽ mang lại điều tốt lành cho hoàn cảnh của bạn ngay bây giờ?

Hãy viết một lời cầu nguyện tạ ơn vì ân điển của Chúa trong cuộc đời bạn. Hãy bày tỏ lòng biết ơn rằng Ngài thực hiện lời hứa của Ngài ngay cả khi con người thì không. Hãy cầu xin Chúa giúp bạn tin cậy Ngài để thực hiện những mục đích tốt lành của Ngài cho cuộc đời bạn.

Mi-ri-am

BỨC TRANH ÂN ĐIỂN CỦA ĐỨC CHÚA TRỜI

Soạn giả: Yana Jenay Conner

Câu chuyện của Mi-ri-am được ghi lại trong Xuất Ai Cập Ký 2; 15; và Dân Số Ký 12. Bà được biết đến nhiều nhất vì là em gái của Môi-se, giúp giải cứu ông khỏi dòng sông Nin, chất vấn khả năng lãnh đạo của ông trong sa mạc, và là một nữ tiên tri của Y-sơ-ra-ên. Mi-ri-am cũng được nhắc đến trong Dân Số Ký 20:1; 26:59; Phục Truyền Luật Lệ Ký 24:9; 1 Sử Ký 6:3; và Mi-chê 6:4.

Câu chuyện của mỗi người đều có những thăng trầm. Trong những trang sách của cuộc đời mình, bạn có thể tìm thấy ghi chép về cả những khoảnh khắc tỏa sáng và những lúc thảm bại nhất. Điều tốt và điều xấu diễn ra luân phiên nhau, giống như những trang sách được lật ra, phơi bày những điều tốt nhất và tồi tệ nhất của tất cả chúng ta. Bài học hôm nay mời gọi chúng ta suy ngẫm về những thăng trầm trong cuộc đời bà Mi-ri-am, chị của Môi-se, và là một nhân vật quan trọng trong lịch sử Y-sơ-ra-ên. Trong Xuất Ai Cập Ký, bà đóng vai một nữ anh hùng, hỗ trợ kế hoạch cứu chuộc của Đức Chúa Trời. Trong Dân Số Ký, tình thế đã xoay chuyển khi bà đối đầu với người lãnh đạo được Chúa chỉ định. Tuy nhiên, trong cả những khoảnh khắc tỏa sáng và thảm bại của bà, ân điển của Chúa luôn hiện diện.

HÃY ĐỌC XUẤT AI CẬP KÝ 1:1–2:10. Khi bạn đọc đến Xuất Ai Cập Ký 2, hãy viết ra những nhận xét của bạn về Mi-ri-am. (Lưu ý: Bà chỉ được gọi là "chị" ở đây.)

Để đánh giá đầy đủ Xuất Ai Cập Ký 2, chúng ta phải nhìn lại những sự kiện khủng khiếp của Xuất Ai Cập Ký 1. Trong khi Pha-ra-ôn quá tập trung vào việc giết những bé trai Hê-bơ-rơ để ngăn cản dân Y-sơ-ra-ên phát triển quyền lực, Đức Chúa Trời đã sử dụng một người con gái Hê-bơ-rơ, Mi-ri-am, và mẹ của bà, là Giô-kê-bết, để bảo đảm một tương lai tự do cho Y-sơ-ra-ên. (Cả hai người đều không được nêu tên trong Xuất Ai Cập Ký 2, nhưng họ đều được nêu tên sau đó trong Dân Số Ký 26:59.) Với sự khôn ngoan và đức tin, Giô-kê-bết đã chuẩn bị một cái giỏ cho đứa con trai của mình và đặt nó một cách chiến lược trên sông Nin, gần nơi tắm của con gái Pha-ra-ôn, hy vọng nó sẽ được cứu.

Trong câu 4, chúng ta được giới thiệu về người chị của đứa trẻ, Mi-ri-am, đang đứng từ xa và "trông chừng em mình." Khi có cơ hội để bảo vệ Môi-se, bà đã hành động. Ở cuối Xuất Ai Cập Ký 6, chúng ta biết rằng đứa trẻ được Mi-ri-am trông nom và bảo đảm an toàn sẽ trở thành người "mà Đức Giê-hô-va đã phán dạy: 'Hãy... đem dân Y-sơ-ra-ên ra khỏi Ai Cập'" (Xuất 6:26). Sự can thiệp của bà đã giúp mở đường cho sự cứu rỗi của toàn thể dân Y-sơ-ra-ên.

Bạn nhìn thấy ân điển của Đức Chúa Trời (ân huệ không xứng đáng) đang vận hành trong câu chuyện về sự ra đời của Môi-se như thế nào?

BÂY GIỜ HÃY LẬT TỚI VÀ ĐỌC XUẤT AI CẬP KÝ 15:1-21.

Chúng ta đã bỏ qua một số chương, và *rất nhiều* điều đã xảy ra dẫn đến bài ca ngợi này. (Nếu bạn có thời gian, rất đáng để đọc ngay hôm nay.) Xuất Ai Cập Ký 14 mô tả sắc lệnh của Pha-ra-ôn nhằm dìm chết tất cả những cậu bé Hê-bơ-rơ ở sông Nin đã trở thành vận mệnh của chính ông, và dân Y-sơ-ra-ên được cứu lên khỏi mặt nước, giống như Môi-se. Hành động bảo tồn và bảo vệ này của Đức Chúa Trời đã có tác động rất lớn đối với dân Y-sơ-ra-ên. Y-sơ-ra-ên gọi Đức Giê-hô-va là "Đức Chúa Trời tôi" (15:2). Ngài không còn chỉ là Đức Chúa Trời của tổ phụ họ nữa. Họ đã có một nhận thức mới về sự hiện diện và quyền năng của Ngài.

ĐỌC LẠI XUẤT AI CẬP KÝ 15:20-21. Mi-ri-am mô tả Đức Chúa Trời như thế nào? Những điều như sự thờ phượng và lời cầu nguyện của bạn thay đổi ra sao khi bạn nhớ rằng Ngài "rất cao cả uy nghiêm" (c. 21)?

Một phần quan trọng trong vai trò nữ tiên tri của Mi-ri-am là hướng dẫn dân Y-sơ-ra-ên thờ phượng, điều mà chúng ta thấy bà đang làm ở đây. Khoảnh khắc này là sự kết thúc hàng thế kỷ dân Y-sơ-ra-ên chờ đợi và dõi theo sự vận hành của Đức Chúa Trời. Bây giờ, tá m mươi năm sau khi Môi-se ra đời, Mi-ri-am đã chứng kiến sự cứu rỗi của Chúa. Câu chuyện về sự cứu rỗi dân Y-sơ-ra-ên khỏi Ai Cập nhắc nhở chúng ta về sự thành tín của Đức Chúa Trời với những lời hứa của Ngài và hướng đến sự Chúa Jêsus cứu rỗi con người khỏi tội lỗi.

BÂY GIỜ HÃY ĐỌC DÂN SỐ KÝ 12. Điều gì nổi bật đối với bạn về Mi-ri-am từ phần này câu chuyện của bà? Theo cách nói của bạn, điều gì đã sai với câu hỏi nêu ra trong câu 2?

Mặc dù rõ ràng Mi-ri-am là một nữ tiên tri được Đức Chúa Trời sử dụng rất nhiều trong cộng đồng của bà, nhưng mối tương giao cá nhân của Môi-se với Đức Chúa Trời và thẩm quyền mà ông được ban cho khiến Mi-ri-am và A-rôn khó chấp nhận. Những lời nhận xét của Mi-ri-am về sắc tộc của vợ Môi-se là màn khói cố che khuất vấn đề đích thực là sự ghen tị với Môi-se. Bà cảm thấy lẽ ra mình phải được chú ý nhiều hơn và có nhiều thẩm quyền hơn.

Đức Chúa Trời giải quyết sự kiêu ngạo và thực quyền của Mi-ri-am như thế nào (cc. 6-10)?

Mi-ri-am và A-rôn chọc giận Đức Giê-hô-va vì những câu hỏi của họ nhắm đến Môi-se về căn bản là những câu hỏi chống lại mục đích và thẩm quyền của Ngài. Câu 9 chép rằng, "Cơn thịnh nộ của Đức Giê-hô-va nổi phừng lên với hai người," và Ngài rút sự hiện diện của Ngài ra khỏi lều hội kiến. Sau đó, trong câu 10, chúng ta đọc thấy Ngài khiến Mi-ri-am mắc bệnh phong hủi. Mi-ri-am trở nên ô uế và buộc phải rời khỏi cộng đồng giao ước của Đức Chúa Trời.

Mặc dù cả Mi-ri-am và A-rôn đều lên tiếng chống lại Môi-se, nhưng chỉ có Mi-ri-am bị trừng phạt. Một số học giả tin rằng điều này là do đó là ý tưởng của bà, vì câu 1 nêu tên bà trước tiên.[2] Những người khác nói thêm rằng Mi-ri-am là người duy nhất bị trừng phạt vì tư cách thầy tế lễ của A-rôn đòi hỏi ông phải giữ mình tinh sạch, điều mà Mi-ri-am bây giờ không có.[3] Và rồi những người khác lại thấy trong phần này của câu chuyện, Mi-ri-am có sự so sánh với Sê-phô-ra, vợ của Môi-se (Dân 12:1), và hình ảnh cả hai người phụ nữ cho chúng ta thấy ân điển của Đức Chúa Trời dành cho tất cả mọi người, cả người Do Thái cũng như người ngoại bang.

HÃY ĐỌC XUẤT AI CẬP KÝ 34:5-7. Bạn thấy lời Đức Chúa Trời về chính Ngài đúng như thế nào trong câu chuyện của Mi-ri-am? Bạn thấy Lời Chúa được chứng minh là đúng trong câu chuyện của riêng bạn như thế nào? Đức Chúa Jêsus đóng vai trò gì trong đó?

Thoạt nhìn, phản ứng của Chúa có vẻ khắc nghiệt. Tuy nhiên, thực tế hoàn toàn ngược lại. Những lời bình luận của Ngài tràn đầy ân điển khi Ngài bày tỏ mối liên hệ giao ước giữa Ngài với Mi-ri-am trong tư cách là Cha, và bảo đảm với các em trai của bà rằng sự trục xuất bà chỉ là tạm thời, không phải vĩnh viễn. Trong khi "không kể kẻ có tội là vô tội" (Xuất 34:7), Ngài vẫn mở rộng ân điển và lòng thương xót, khôi phục Mi-ri-am trở lại cộng đồng giao ước của Ngài và mối tương giao với Ngài.

Giống như Mi-ri-am, tất cả chúng ta đều có những điểm sáng và điểm tối. Không giống như Mi-ri-am, là Cơ Đốc nhân, chúng ta không phải chịu hình phạt cho tội lỗi của mình. Đấng Christ đã gánh lấy hình phạt tội lỗi mà chúng ta đáng phải chịu, và sự hy sinh chuộc tội của Ngài hữu hiệu đến nỗi ngay cả khi chúng ta phạm tội, ân điển của Ngài vẫn tiếp tục bao phủ chúng ta. Lời Ngài đã phán: "Còn nếu chúng ta xưng tội mình thì Ngài là thành tín, công chính sẽ tha tội cho chúng ta và tẩy sạch chúng ta khỏi mọi điều bất chính," để chúng ta có thể tiếp tục sống trong sự tương giao không gián đoạn với Ngài (1 Giăng 1:9). Đôi khi chúng ta làm đúng và đôi khi thì làm sai, nhưng dù thế nào đi nữa, chúng ta luôn có thể yên nghỉ trong sự thành tín và ân điển tuyệt vời của Đức Chúa Trời.

Ra-háp

LỜI CHỨNG VỀ QUYỀN NĂNG CỦA ĐỨC CHÚA TRỜI

Soạn giả: Sarah Humphrey

Câu chuyện của Ra-háp được ghi lại trong Giô-suê 2 và Giô-suê 6. Bà được biết đến nhiều nhất với vai trò kỹ nữ ở thành Giê-ri-cô và việc che chở cho hai thám tử người Y-sơ-ra-ên. Ra-háp cũng được nhắc đến trong Ma-thi-ơ 1:5; Hê-bơ-rơ 11:31; và Gia-cơ 2:25.

Tôi luôn ủng hộ những người yếu thế, có lẽ vì tôi từng là một người như vậy trong phần lớn cuộc đời mình. Những người yếu thế có bản lĩnh và quyết tâm vượt trội để phát triển, thành công và sống so với những người khác vốn có vô số cơ hội trong cuộc đời họ.

Tất cả chúng ta đều đã nhìn thấy vẻ đẹp, sức mạnh và sự thành công của những người lớn lên từ dòng dõi gia đình có giáo dục và sự công chính tin kính. Họ là những nguồn khôn ngoan tuyệt vời! Tuy nhiên, những người lớn lên với mớ hỗn độn cần phải dọn dẹp, với những hạn chế về thể chất, hoặc với lòng can đảm đáng kinh ngạc khi đối mặt với nghịch cảnh luôn bộc lộ một sự dịu dàng độc đáo từ tấm lòng của Đức Chúa Trời. Xuyên suốt Kinh Thánh, chúng ta nhiều lần thấy Ngài cố ý chọn những người thay đổi thế giới trong số những người đã thất bại, những người chịu thiệt thòi và những người có tấm lòng ăn năn nhưng tan vỡ.

Đó là trường hợp của Ra-háp. Chúng ta không biết nhiều về bà, nhưng những gì chúng ta biết thì chúng ta học được trong sách Giô-suê.

HÃY ĐỌC GIÔ-SUÊ 2, và viết ra những điều bạn học được về Ra-háp.

Khi đi sâu vào Giô-suê chương 2, chúng ta đọc về một phụ nữ tên là Ra-háp, người được mô tả là một kỹ nữ sống tại Giê-ri-cô, một thành phố nằm ở phần rìa Ca-na-an, trong vùng đất hứa. Chúng ta biết bà có một gia đình bao gồm cha mẹ, anh chị em, rằng bà sống trong một ngôi nhà, và bà tin những gì mình đã nghe nói về quyền năng của Đức Giê-hô-va, Đức Chúa Trời của Y-sơ-ra-ên. Ngoài ra, chúng ta không biết gì thêm về đời sống cá nhân hoặc lịch sử gia đình của bà.

Bây giờ hãy viết ra những điều bạn quan sát được về hai lữ khách đã đến nhà Ra-háp. Hãy suy xét: Tại sao họ ở đó? Ra-háp đã làm gì cho họ, và tại sao? Họ đã hứa gì với bà để đáp lại? Thỏa thuận đi kèm những điều kiện gì?

Ra-háp giấu trong nhà mình hai thám tử Y-sơ-ra-ên do Giô-suê sai đi do thám vùng đất và tìm hiểu cách để họ có thể chinh phục nó. Khi Ra-háp biết tin hai thám tử này đang bị nhà vua truy bắt, bà đã can đảm che giấu họ, và sau đó thao túng kế hoạch của kẻ thù để mạng sống của họ được tha và kế hoạch của Đức Chúa Trời sẽ thành công. Để đáp lại sự bảo vệ bà, những thám tử hứa rằng họ sẽ bảo vệ Ra-háp và gia đình bà khi dân Y-sơ-ra-ên chinh phục thành Giê-ri-cô.

HÃY ĐỌC HÊ-BƠ-RƠ 11:31. Bạn học thêm được điều gì sâu sắc về Ra-háp từ câu này trong Tân Ước?

Dựa vào những gì bạn đọc trong Giô-suê 2, làm sao Ra-háp biết về Đức Chúa Trời của Y-sơ-ra-ên? Việc này bày tỏ điều gì về cách thức và lý do tại sao Ngài vận hành theo những cách rất lạ lùng?

Tác giả sách Hê-bơ-rơ đã liệt kê Ra-háp vào danh sách những người có đức tin mẫu mực vì niềm tin của bà vào Đức Chúa Trời và sự bảo vệ của dân Ngài. Theo Giô-suê 2:10-22, rõ ràng tin tức về công việc kỳ diệu của Đức Chúa Trời hầu đưa Y-sơ-ra-ên ra khỏi Ai Cập đã lan truyền khắp xứ. Nhờ quyền năng của Đức Chúa Trời và sự bảo vệ của dân Ngài, Ra-háp đã tin Ngài. Bà chọn bảo vệ những người đàn ông của Chúa, tin rằng sự công chính sẽ chiến thắng.

BÂY GIỜ HÃY ĐỌC CÂU CHUYỆN CỦA RA-HÁP
TRONG GIÔ-SUÊ 6:22-27.
Sau khi thành Giê-ri-cô bị đánh bại, điều gì đã xảy ra với Ra-háp và gia đình bà (cc. 22-25)?

Trong bối cảnh ứng nghiệm nhiều lời Đức Chúa Trời hứa với dân Y-sơ-ra-ên và bày tỏ quyền năng cũng như sự vinh quang của Ngài, dân Y-sơ-ra-ên đã chinh phục thành Giê-ri-cô. Giô-suê đã giữ lời thề mà những thám tử lập với Ra-háp—gia đình của bà được bảo vệ và họ trở thành một phần trong cộng đồng giao ước Y-sơ-ra-ên. Hãy thử nghĩ xem việc bảo vệ Ra-háp mang những hàm ý gì! Bà đã góp phần cứu sống gia đình mình, bảo vệ dân Y-sơ-ra-ên và thực hiện những lời hứa của Đức Chúa Trời.

HÃY ĐỌC MA-THI-Ơ 1:1-17, TẬP TRUNG VÀO CÁC CÂU 5-6.
Ở đây chúng ta xem lại gia phả của Chúa Jêsus trong Ma-thi-ơ, giờ bao gồm cả Ra-háp. Từ gia phả này, chúng ta biết được điều gì đã xảy ra với Ra-háp sau khi thành Giê-ri-cô thất thủ?

Ra-háp, một phụ nữ nổi tiếng vì là kỹ nữ, và là người Ca-na-an, đóng vai trò nổi bật trong lịch sử dân sự Đức Chúa Trời và được kể vào dòng dõi trên đất của Đức Chúa Jêsus Christ, Đấng Mê-si-a. Ra-háp trở thành mẹ của Bô-ô (người bà con chuộc gia sản trong sách Ru-tơ). Điều này có nghĩa là bà cũng là bà cố trong dòng dõi của Vua Đa-vít, và của Chúa Jêsus.

Đức Chúa Trời bày tỏ tình yêu của Ngài dành cho chúng ta qua đời sống của những người trong Kinh Thánh, những người hướng chúng ta đến với Đấng Christ. Lời Đức Chúa Trời ghi lại cho chúng ta kế hoạch của Ngài nhằm cứu chuộc và phục hồi tình trạng lộn xộn của nhân loại. Khi bạn tiến về phía trước, trải qua những ngày và đêm của bạn, hãy nhớ câu chuyện về đức tin của Ra-háp. Bất luận điều gì xảy ra trong quá khứ của bạn, thì vẫn có sự ăn năn, ân điển và mục đích dành cho mỗi người chúng ta với tư cách là con cái của Đức Chúa Trời trong Đấng Christ.

Trước khi kết thúc phần bài học ngày hôm nay, hãy dành thời gian cầu nguyện, suy ngẫm về món quà là câu chuyện của Ra-háp. Câu chuyện Ra-háp khích lệ bạn như thế nào trong việc tận hiến cho Đức Chúa Trời?

Đê-bô-ra

GƯƠNG VỀ SỰ KHÔN NGOAN CỦA ĐỨC CHÚA TRỜI

Soạn giả: Jaclyn S. Parrish

Câu chuyện của Đê-bô-ra được ghi lại trong Các Quan Xét 4–5. Bà được biết đến nhiều nhất vì là nữ thẩm phán và nữ tiên tri duy nhất của Y-sơ-ra-ên vào thời các thẩm phán.

Trong cuộc sống và trong văn học, nhiều điều trở trêu xảy ra khi thực tế không được như kỳ vọng. Ví dụ, người ta mong đợi một ngày cưới sáng sủa và nắng đẹp, vậy mà ngày cưới của bạn lại mưa thì thật trở trêu. Người ta kỳ vọng một vị tướng vĩ đại sẽ chết một cách vinh quang trong trận chiến huyền thoại, vì vậy việc một vị tướng bị chết vì một cây cọc đóng lều đâm xuyên qua thái dương của mình sẽ là một điều trở trêu, trong số những điều khác. Nhưng tin hay không thì tùy, đó là cảnh chúng ta sẽ gặp ngày nay.

Câu chuyện của Đê-bô-ra trong sách Các Quan Xét là một lời mời gọi suy xét lại những kỳ vọng của chúng ta và suy nghĩ lại về những gì mình tin là có thể. Và đó là một lời nhắc nhở khác rằng Đức Chúa Trời luôn ở đằng sau hậu trường trong câu chuyện Kinh Thánh, thúc đẩy mục đích và mở rộng vương quốc Ngài.

HÃY ĐỌC CÁC QUAN XÉT 4:1-3.

Câu chuyện này bắt đầu có phần giống như mọi chương khác trong sách Các Quan Xét. Dân sự của Chúa lại thất bại lần nữa. Hình phạt lại đến. Một lần nữa. Họ thức tỉnh và kêu cứu. Một lần nữa. Rồi một lần nữa. Và thêm một lần nữa. (Hãy dành một chút thời gian để xem lướt qua phần trước và sau phân đoạn này, nếu bạn có thời gian, thì bạn sẽ thấy sự lặp lại này.) Các Quan Xét là một cuốn sách đầy hành động, một siêu phẩm điện ảnh về những đội quân hùng hậu, những nhiệm vụ lúc nửa đêm và những vụ ám sát bí mật. Trong chương trước, Ê-hút đã đâm chết một vị vua và khiến ông ta chảy máu trong phòng tắm. Một chương sau, chúng ta sẽ thấy Ghi-đê-ôn mặc cả với Chúa để có bằng chứng về việc ông đang trò chuyện với ai.

Giữa bộ phim dài nhiều tập, chúng ta có thể dễ dàng không nhìn ra câu chuyện tổng thể thực sự nhàm chán như thế nào. Cùng một câu chuyện lặp đi lặp lại, lặp đi lặp lại, qua nhiều thế hệ. Cùng một quốc gia phá vỡ những lời hứa như nhau. Những nhà lãnh đạo giống nhau phớt lờ những cảnh báo giống nhau. Những người giống nhau phạm những sai lầm giống nhau.

Bạn hiện đang trải qua hoặc nhìn thấy những khuôn mẫu đau đớn nào trong cuộc sống của chính mình? Liệt kê một hoặc hai trong số chúng ở đây.

HÃY ĐỌC CÁC QUAN XÉT 4:4-10. Điều gì nổi bật đối với bạn trong những câu này?

Câu chuyện tiếp tục như thường lệ, với việc Đức Chúa Trời lập một vị quan xét để loại bỏ kẻ thù của Y-sơ-ra-ên. Nhưng rồi, câu chuyện có thay đổi. Đầu tiên, vị quan xét lần này là một người phụ nữ. Thật vậy, tác giả của sách Các Quan Xét đã khẳng định rất rõ về điều đó: "nữ tiên tri Đê-bô-ra… làm quan xét của dân Y-sơ-ra-ên" (c. 4), bà mở phiên tòa ở nơi công cộng (c. 5), bà triệu tập những người đàn ông khi bà có sứ điệp cho họ, và bà nói rõ ràng nhân danh Chúa (c. 6). Trong các câu 6-7, chúng ta được kể về việc bà triệu Ba-rác đến lãnh đạo quân đội của mình, nhưng phản ứng của ông có vẻ bất ngờ, thậm chí hỗn xược: "Nếu bà đi với tôi thì tôi sẽ đi, nhưng nếu bà không đi với tôi thì tôi sẽ không đi" (c. 8). Phải chăng ông đang đặt ra những đòi hỏi cho sự vâng lời của mình? Thách thức nữ tiên tri này chăng?

HÃY ĐỌC HÊ-BƠ-RƠ 11:32-34. Bạn nghĩ thế nào về việc Ba-rác được đưa vào danh sách này?

Nhà giải kinh Michael Wilcock nhắc nhở chúng ta rằng sự hiện diện của Ba-rác trong "bảng vàng đức tin" của Hê-bơ-rơ 11 khiến ông đáng tin cậy hơn. Wilcock chỉ ra rằng lời tuyên bố của Ba-rác đơn giản lặp lại lời của Môi-se khi dân Y-sơ-ra-ên được báo họ sẽ không vào đất hứa mà không có sự hiện diện của Đức Chúa Trời: "Nếu chính Ngài không cùng đi, xin đừng đem chúng con lên khỏi đây" (Xuất 33:15). Ba-rác khăng khăng muốn có sự hiện diện của Đê-bô-ra vì ông nhìn nhận bà là người đại diện hợp pháp cho Đức Chúa Trời của mình, và vì ông biết mình cần sự hiện diện của Chúa.[4]

Nói chung, Kinh Thánh vẽ cho chúng ta bức tranh về một người phụ nữ lãnh đạo với sự tự tin, được tôn trọng và thực hiện nhiệm vụ của mình dưới thẩm quyền của Đấng Toàn Năng. Và điều trớ trêu nữa là, người phụ nữ này không những bình tĩnh đồng ý ra trận mà còn tiên đoán rằng một người phụ nữ sẽ thắng vị tướng mà họ ra trận để chiến đấu. Lạ chưa! Chúa dường như không chơi theo luật.

Hãy ôn lại những khuôn mẫu đau đớn mà bạn đã liệt kê ở trang trước. Bạn đang mong Chúa giải quyết chúng như thế nào? Có điều gì bạn đã ngừng cầu nguyện vì bạn không còn mong đợi Chúa hành động nữa không? Nếu vậy, hãy ghi nó ra ở đây.

BÂY GIỜ HÃY ĐỌC CÁC QUAN XÉT 4:11–5:31.

Hãy xem xét một số kỳ vọng về văn hóa vốn có trong bối cảnh của phân đoạn này: đàn ông là người chiến thắng trên chiến trường; đàn ông là những người nói thay cho Chúa; Gia-ên là vợ người đồng minh của Si-sê-ra, do đó phải tuân theo các liên minh chính trị của chống bà; Đức Chúa Trời làm việc qua dân Y-sơ-ra-ên của Ngài; những người không phải là người Do Thái thì không thân thiện với dân sự của Chúa hoặc không chào đón họ vào hàng ngũ của mình; luật về sự hiếu khách đòi hỏi sự tôn trọng tối đa đối với khách. Các Quan Xét 5 kể lại câu chuyện của Đê-bô-ra và Gia-ên bằng thơ ca, và sự thay đổi về thể loại chỉ làm nổi bật thêm những điều trớ trêu. Nói tóm lại, Chúa biết những kỳ vọng của chúng ta, nhưng Ngài có kế hoạch của riêng Ngài.

> Khi bạn nghĩ về vai trò của Đê-bô-ra giữa vòng dân Y-sơ-ra-ên, bạn thấy bà hướng đến Chúa Jêsus như thế nào?

Thật tuyệt vời biết bao khi Đê-bô-ra, một người phụ nữ, đi theo bước chân của Môi-se với tư cách là người lãnh đạo thuộc linh cho dân Y-sơ-ra-ên, một dòng tiên tri mà sứ đồ Phi-e-rơ sau này nối liền với Chúa Jêsus: "Môi-se có nói: 'Chúa là Đức Chúa Trời các ngươi sẽ dấy lên trong anh em các ngươi một Đấng tiên tri như ta và các ngươi phải nghe theo mọi điều Ngài phán bảo'" (Công 3:22). Ở Đê-bô-ra, chúng ta cũng thấy hình bóng về Đấng Christ là Đấng Chiến Thắng, Đấng đánh bại kẻ thù tối hậu của Đức Chúa Trời.

Chúng ta biết rằng cuối cùng thì Đức Chúa Trời sẽ làm cho mọi sự trở nên đúng đắn và nên mới. Nhưng trong khi chờ đợi, niềm hy vọng có thể cạn kiệt. Câu chuyện của Đê-bô-ra và Gia-ên thách thức chúng ta điều chỉnh những kỳ vọng của mình, để nhớ rằng Chúa tể trị và hành động theo ý muốn của Ngài. Những điều khác thường không có ý nghĩa gì với Ngài. Xác suất sụp đổ dưới sức nặng của vinh quang Ngài. Ngài có thể vận hành mạnh mẽ, trong những trường hợp vô vọng nhất, và Ngài luôn chiến thắng.

> Hãy nhìn lại những kỳ vọng mà bạn đã đặt ra về cách Chúa sẽ hoặc nên nhậm những lời cầu xin của bạn và những điều bạn đã ngừng cầu nguyện. Vì sao bạn cho rằng đây là những cách Đức Chúa Trời sẽ hoặc nên nhậm lời bạn? Vì sao bạn không còn mong đợi Đức Chúa Trời hành động nữa?

Hãy xem xét câu trả lời của bạn cho câu hỏi vừa rồi khi bạn dành thời gian cầu nguyện. Hãy cầu xin Đức Chúa Trời vận hành một cách mạnh mẽ trong hoàn cảnh này và cầu xin Ngài mở mắt cho bạn thấy Ngài đã hành động ở đó như thế nào.

Na-ô-mi & Ru-tơ

SỰ PHẢN CHIẾU TÌNH YÊU THƯƠNG CỦA ĐỨC CHÚA TRỜI

Soạn giả: Nancy Comeaux

Câu chuyện của Na-ô-mi được ghi lại trong Ru-tơ 1–4. Bà được biết đến nhiều nhất với tư cách là mẹ chồng của Ru-tơ và đổi tên mình thành "Nỗi Cay Đắng" vì bi kịch trong cuộc đời bà.

Câu chuyện của Ru-tơ được ghi lại trong Ru-tơ 1–4. Bà được biết đến nhiều nhất vì lòng trung thành với Na-ô-mi và Đức Chúa Trời của Na-ô-mi, cũng như mối quan hệ của bà với Bô-ô. Bà cũng được nhắc đến trong Ma-thi-ơ 1:5.

Gần đây, khi thực hiện một số nghiên cứu về cây phả hệ của mình, tôi đã biết được về một số "trái tốt" và một số "trái xấu." Tôi phát hiện một người họ hàng bị sát hại tại quán rượu vào một đêm nọ, một người là tù nhân chiến tranh, và kế đó là một người đã hiến một phần đất của mình để xây dựng một nhà thờ tại địa phương. Tôi đã biết về những người mẹ có con không kịp sống đến tuổi trưởng thành, những người chị mong mỏi được nhìn thấy những người em trai đang tham chiến của họ sống sót trở về nhà, và những người bà làm việc cả ngày lẫn đêm để bảo đảm cho gia đình họ được ăn no mặc ấm.

Thật đáng kinh ngạc khi Đức Chúa Trời có thể cứu chuộc bất kỳ người nào—bất chấp hoàn cảnh hoặc sự lựa chọn của họ—và làm những điều kỳ diệu trong cuộc đời của người đó. Hôm nay chúng ta sẽ xem xét Ru-tơ và Na-ô-mi, những người được dành riêng cả một sách trong Kinh Thánh cho câu chuyện của họ. Nhưng thực ra, giống như tất cả những người phụ nữ chúng ta đang học hỏi, đó là câu chuyện của Chúa. Công việc cứu chuộc của Đức Chúa Trời trải dài xuyên suốt sách Ru-tơ từ đầu đến cuối. Hãy dõi theo nó khi bạn đọc.

HÃY ĐỌC RU-TƠ 1. Viết ra hai điều nổi bật đối với bạn khi bạn đọc.

1.

2.

Bết-lê-hem, có nghĩa là "nhà bánh mì," phải đối mặt với nạn đói. Ê-li-mê-léc và vợ ông, Na-ô-mi, đã tự tay giải quyết nan đề là những cái bụng đói và nhà kho trống rỗng của gia đình họ. Thay vì chờ đợi Chúa đáp ứng nhu cầu của họ trong vùng đất hứa này, họ đã đi sai hướng và tạm trú tại thành Mô-áp ngoại đạo. (Hãy xem Sáng Thế Ký 19:30-38 để biết lịch sử về người Mô-áp.)

Tại Mô-áp, Ê-li-mê-léc qua đời và hai con trai của ông đã không vâng lời mà cưới những người phụ nữ từ khu vực đó. Sau một thập kỷ chung sống, hai người con trai cũng qua đời mà không có người thừa kế. Còn lại bây giờ là ba góa phụ đau khổ và có lẽ đầy lo sợ, vì họ thuộc tầng lớp người lúc bấy giờ là một trong những nhóm người thiệt thòi nhất, thường sống nhờ lòng hảo tâm của những người xa lạ. Các cô con dâu hết mực yêu thương Na-ô-mi và ban đầu định cùng bà trở về Bết-lê-hem, nhưng sau lời tạm biệt đầy cảm động, Ọt-ba lưỡng lự nghe theo lời khuyên của Na-ô-mi mà trở về nhà. Tuy nhiên, Ru-tơ quyết định ở lại với Na-ô-mi và cùng bà đi đến Bết-lê-hem phước hạnh, nơi có đầy những cơ hội.

Hãy nghĩ về thời gian Ru-tơ ở trong gia đình Na-ô-mi. Ru-tơ có thể đã được tiếp cận Đức Chúa Trời của Y-sơ-ra-ên như thế nào?

Hãy mô tả mối tương giao giữa Na-ô-mi với Đức Chúa Trời khi bà đến Bết-lê-hem.

Ru-tơ khao khát cùng một dân sự và Đức Chúa Trời mà Na-ô-mi đã cầu nguyện và phục vụ. Khi họ trở lại Bết-lê-hem, Na-ô-mi (có nghĩa là *ngọt ngào*) đổi tên thành Ma-ra (có nghĩa là *cay đắng*) vì hoàn cảnh hiện tại của bà. Cuộc sống thật khó khăn đối với Na-ô-mi, và điều đó khiến mối tương giao giữa bà với Đức Chúa Trời trở nên căng thẳng.

Hãy mô tả một giai đoạn mà bạn đã cảm thấy giống như Na-ô-mi.

Ru-tơ 2:1–4:17 ghi lại những sự kiện xảy ra với Na-ô-mi và Ru-tơ khi họ định cư ở Bết-lê-hem. Lúc đó đang là mùa lúa mạch, nên Ru-tơ đã xin phép và được Na-ô-mi cho phép ra đồng mót lúa (2:1-2). Đây là việc được luật pháp quy định để chu cấp cho người nghèo; Ru-tơ và Na-ô-mi phụ thuộc vào việc này để sống. Nhờ ân điển, Ru-tơ mót lúa trong ruộng của một người giàu có tên là Bô-ô, họ hàng của Ê-li-mê-léc (2:3). Bô-ô nhìn thấy Ru-tơ và hỏi thăm về bà. Khi biết bà là con dâu của Na-ô-mi, ông truyền lệnh để bà được chu cấp và bảo vệ trên cánh đồng (2:5-13). Bô-ô ấn tượng trước sự tận tụy của Ru-tơ đối với Na-ô-mi và việc bà sẵn sàng từ bỏ quê hương để theo phong tục và tôn giáo của mẹ chồng.

ĐỌC KỸ HƠN TRONG RU-TƠ 2:20-23. CŨNG HÃY ĐỌC LÊ-VI KÝ 25:25,47-49. Chức năng của người chuộc sản nghiệp họ hàng trong luật pháp Y-sơ-ra-ên là gì?

Bạn thấy công việc cứu chuộc của Đức Chúa Trời ẩn sau hậu trường cuộc đời Na-ô-mi và Ru-tơ như thế nào?

Luật lệ thời đó tuyên bố rằng người chuộc sản nghiệp họ hàng là một người nam bà con, có trách nhiệm giúp đỡ hoặc chuộc lại gia sản khi có cần—chủ yếu là để chuộc lại đất đai, kết hôn với góa phụ và sinh con để dòng họ có người nối dõi tại Y-sơ-ra-ên. Na-ô-mi đã có một kế hoạch. Bà nhận thấy Bô-ô quan tâm đến Ru-tơ nhiều, và đã đề nghị Ru-tơ đến gặp ông và cầu xin ông làm người chuộc lại gia sản cho mình, một vai trò mà ông có thể gánh vác vì ông vốn là bà con của Ê-li-mê-léc, chồng Na-ô-mi. Ru-tơ làm theo kế hoạch của Na-ô-mi và tiếp cận Bô-ô để làm người chuộc lại gia đình bà (Ru-tơ 3:1-9). Ru-tơ 3:10–4:12 mô tả các sự kiện xảy ra sau đó khi Bô-ô trải qua những bước cần thiết để trở thành người chuộc lại sản nghiệp gia đình của họ.

HÃY ĐỌC RU-TƠ 4:13-22 VÀ MA-THI-Ơ 1:1-17.

Bô-ô mua đất từ Na-ô-mi (4:9), kết hôn với Ru-tơ, và sinh một đứa con do Chúa ban cho—Ô-bết. Na-ô-mi nâng niu sự sống mới này trong vòng tay của mình và chạm vào những ngón tay và ngón chân nhỏ bé đã biến bà thành một người bà may mắn.

Bà nội của Ô-bết là ai (Mat 1:5)?

Cháu trai của Ô-bết là ai?

Đây không phải là lần đầu tiên chúng ta nhìn thấy gia phả của Chúa Jêsus trong những câu chuyện về những người phụ nữ Cựu Ước. Bạn bắt đầu nhìn thấy một khuôn mẫu nào đó chưa? Một lần nữa, Đức Chúa Trời đã sử dụng một người phụ nữ không ai ngờ tới—ở đây là một góa phụ người Mô-áp—để đóng vai trò quan trọng trong câu chuyện của Ngài. Con trai của Ru-tơ là Ô-bết trở thành cha của Gie-sê, và Gie-sê trở thành cha của Vua Đa-vít. Và dòng dõi của Đa-vít đã dẫn đến Đấng Cứu Thế và sự cứu rỗi sẵn dành cho tất cả mọi người.

Với sự ra đời của cháu trai, những người phụ nữ ở Bết-lê-hem chúc phước cho Na-ô-mi. Ân điển của Đức Chúa Trời hết lần này đến lần khác bao phủ tấm lòng người phụ nữ này và gia đình bà, và qua gia đình bà đã xuất hiện dòng dõi những người tin mà đỉnh cao là Đấng Cứu Chuộc tối thượng—Đức Chúa Jêsus.

Bạn có ngạc nhiên về phần nào trong câu chuyện của Ru-tơ và Na-ô-mi không?

Điều gì khuyến khích hoặc thách thức bạn về những gì bạn đã đọc?

Dù hoàn cảnh có thế nào, Chúa vẫn có thể tha thứ cho bạn và dùng bạn để kể câu chuyện của Ngài cho nhiều thế hệ phụ nữ trong cuộc đời bạn hoặc trong nhiều năm sau đó. Tạ ơn Chúa đã sử dụng những người đôi khi dường như vô vọng. Hãy cầu xin Ngài chỉ cho bạn cách bạn có thể chia sẻ tình yêu của Ngài với những người phụ nữ xung quanh bạn ngày hôm nay.

NẾU CÓ THỜI GIAN HÔM NAY HOẶC TRONG TUẦN, HÃY ĐỌC RU-TƠ 2–4 và điền vào bảng sau đây.

Phân Đoạn Kinh Thánh	Nhân Vật	Nan Đề	Giải Pháp
Ru-tơ 2:1-23			
Ru-tơ 3:1-18			
Ru-tơ 4:1-12			

Một lần nữa,

Đức Chúa Trời

đã sử dụng một

người phụ nữ

không ai ngờ tới

để dự phần vào

câu chuyện của Ngài.

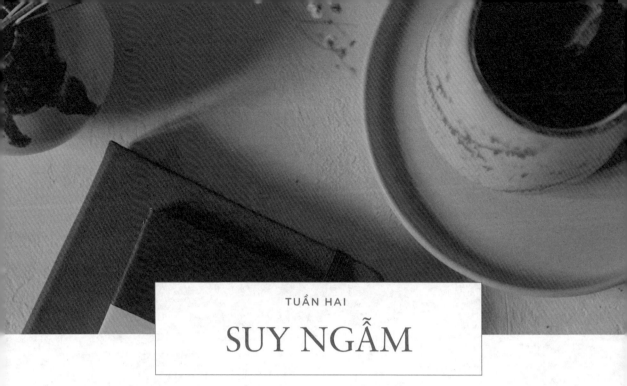

TUẦN HAI

SUY NGẪM

Ta-ma, Mi-ri-am, Ra-háp, Đê-bô-ra, Na-ô-mi & Ru-tơ

Hãy dành vài phút để suy ngẫm về những lẽ thật bạn khám phá được khi học Lời Đức Chúa Trời tuần này. Hãy viết bất kỳ suy nghĩ cuối cùng nào dưới đây, hoặc dùng khoảng trống để ghi chú trong cuộc thảo luận với nhóm học Kinh Thánh của bạn. Bạn có thể dùng ba câu hỏi ở trang sau để tự suy ngẫm hoặc thảo luận nhóm.

_____

_____

_____

_____

_____

_____

_____

_____

_____

Bạn có thể tải tài liệu hướng dẫn bài học *Tận Hiến* tại lifeway.com/devoted

Khi suy ngẫm về những phân đoạn Kinh Thánh bạn đọc tuần này, điều gì nổi bật đối với bạn về bản tính của Đức Chúa Trời?

Bạn đã được thách thức và khích lệ như thế nào trong mối tương giao của bạn với Chúa Jêsus qua phần Kinh Thánh mà bạn đã nghiên cứu?

Hãy viết ra một cách bạn có thể sử dụng những gì bạn đã học được trong tuần này để khích lệ người khác.

Tuần Ba

AN-NE • A-BI-GA-IN • BÁT SÊ-BA
HUN-ĐA • Ê-XƠ-TÊ

An-ne

ĐẮC THẮNG SỰ XẤU HỔ

Soạn giả: Kristel Acevedo

Câu chuyện của An-ne được ghi lại trong 1 Sa-mu-ên 1–2. Bà được biết đến nhiều nhất với tấm gương cầu nguyện và là mẹ của nhà tiên tri Sa-mu-ên.

Xấu hổ là một cảm giác mà tất cả chúng ta đều quen thuộc. Bạn có thể cảm thấy xấu hổ về quyết định của mình. Bạn biết đó không phải là sự lựa chọn đúng đắn, nhưng bạn vẫn làm. Bạn có thể cảm thấy xấu hổ vì điều gì đó người ta làm trên bạn. Một người nào đó bạn tin tưởng đã làm bạn thất vọng. Đó không phải là lỗi của bạn, nhưng bây giờ bạn mang trong mình những cảm xúc phức tạp, và tự hỏi liệu bạn có thể làm gì để ngăn tình huống này xảy ra hay không. Bạn thậm chí có thể cảm thấy xấu hổ về điều gì đó mà bạn hoàn toàn không kiểm soát được—nguồn gốc xuất thân, dạng cơ thể, hoặc tình trạng bệnh lý của bạn. Ví dụ cuối cùng chính là hoàn cảnh của An-ne khi chúng ta đọc về bà trong 1 Sa-mu-ên 1.

ĐỌC 1 SA-MU-ÊN 1:1-11. Bạn học được những chi tiết nào về An-ne và gia đình bà từ những câu mở đầu của 1 Sa-mu-ên?

Khi gặp An-ne, chúng ta thấy bà sống trong tủi hổ vì dù đã cầu nguyện rất nhiều nhưng bà vẫn không có con trong thời kỳ mà điều đáng giá duy nhất mà phụ nữ có thể đóng góp là khả năng sinh sản của họ. Không có con được xem là một sự rủa sả (Sáng 16:2; 20:18). An-ne có một người chồng hết mực yêu thương bà đến nỗi ông dành phần hơn cho bà trong việc phân phát thực phẩm, nhưng người vợ khác của ông đã chế nhạo bà vì bà không thể sinh con. Chúng ta có thể cảm nhận được nỗi đau của An-ne trong những câu Kinh Thánh này.

HÃY ĐỌC LẠI 1 SA-MU-ÊN 1:10-11. Liệt kê những từ được An-ne sử dụng và những từ nói về bà, nhằm mô tả trạng thái cảm xúc của bà. Bạn mô tả mối tương giao của bà với Chúa như thế nào?

Giữa nỗi đau buồn và xấu hổ của mình, An-ne đã tìm đến Chúa. Trong cơn tuyệt vọng, bà đến đền thờ và lập lời thề nguyện trong nước mắt "sầu khổ." An-ne rất muốn có một đứa con, nhưng trong lời cầu nguyện của mình, bà hứa rằng nếu Chúa làm thành điều ước của bà về một đứa con trai, bà sẽ dâng nó lại cho Chúa để nó có thể phục vụ Ngài suốt đời. Bằng cách phó thác cuộc sống của đứa con chưa được thụ thai của mình cho Chúa, An-ne thừa nhận đứa trẻ đó chính là món quà đến từ Đức Chúa Trời.

Chúng ta, giống như An-ne, thường phải lâm cảnh cùng đường mới nhận ra mình thực sự cần Đức Chúa Trời như thế nào—đầu phục Ngài những ước muốn, khả năng của mình, và mọi điều chúng ta nghĩ là tốt nhất. Trong nỗi thống khổ của An-ne, bà đã kinh nghiệm được Đức Chúa Trời theo một cách độc đáo, là điều sẽ đặt nền móng cho cuộc đời của Sa-mu-ên.

Khi chúng ta tiếp tục theo dõi câu chuyện của An-ne, điều tôi nhận thấy là không có gì thay đổi ngay tức thì. An-ne cầu nguyện xong, nói chuyện với thầy tế lễ Hê-li rồi về nhà. Sáng hôm sau, bà cùng chồng dâng tế lễ. Mặc dù hoàn cảnh của bà không thay đổi—bà vẫn chưa có con—An-ne đã thờ phượng Chúa. Có thể bạn chia sẻ nỗi đau không có con của An-ne, hoặc hiện đang cố gắng để thụ thai, hay đối diện với thực tế là nó sẽ không bao giờ xảy ra cho bạn. Tôi cầu nguyện để bạn không bỏ qua 1 Sa-mu-ên 1:18: "Rồi bà trở về, ăn uống, và nét mặt không còn âu sầu nữa." Sự bình an trong Chúa và những kế hoạch của Ngài dành cho bạn đến từ việc bạn ở trong sự hiện diện của Ngài.

Tất cả chúng ta đều có những hoàn cảnh trong cuộc sống mà mình mong muốn thay đổi, phải không? Chúng ta nghĩ rằng giá như chỉ một điều này diễn ra theo cách của chúng ta thôi, thì mọi thứ sẽ tốt hơn và sau đó chúng ta có thể thực sự tin cậy Chúa trong mọi chi tiết của cuộc đời mình. Nhưng đó không phải là cách An-ne đã hành động. Hoàn toàn tin chắc vào Đức Chúa Trời, bản chất và quyền năng của Ngài, bà đã chọn thờ phượng giữa nỗi đau của mình. Nếu là bạn, bạn sẽ trông như thế nào khi tin cậy Chúa trong mọi hoàn cảnh đau khổ của cuộc đời mình? Có lẽ bạn sẽ biết sự bình an vượt trên mọi sự hiểu biết và có thể thờ phượng như An-ne đã làm. Kiểu đầu phục này xảy ra khi chúng ta biết Đức Chúa Trời là ai—Ngài là một người Cha nhân từ, tốt lành và hoàn toàn kiểm soát mọi sự.

Một số đặc tính nào của Chúa xuất hiện trong tâm trí bạn khi bạn nghĩ về những gì bạn đã đọc trong quá trình học tài liệu *Tận Hiến* này cho đến nay? Hãy viết những lời đó xuống đây và suy xét việc hiểu biết những khía cạnh đó trong bản tính của Đức Chúa Trời có thể mang lại sự bình an và an ủi cho nỗi đau của bạn như thế nào.

BÂY GIỜ HÃY ĐỌC 1 SA-MU-ÊN 2:1-11. Khi bạn đọc qua lời cầu nguyện của An-ne, hãy so sánh nó với lời cầu nguyện ban đầu của bà ở chương 1. Điều gì đã thay đổi? Điều gì vẫn y nguyên?

Hãy <u>gạch dưới</u> trong Kinh Thánh của bạn hoặc liệt kê ở đây mọi từ/cụm từ mà An-ne đã dùng để mô tả Đức Chúa Trời trong 2:1-10. Sau đó, hãy viết một tuyên bố tóm tắt những gì bạn rút ra được từ lời cầu nguyện của bà.

Niềm vui của An-ne toát lên từ những trang ghi lại lời cầu nguyện đắc thắng của bà. Bài hát của bà kể về một tấm lòng vui mừng trong Chúa. Những gì bà trải qua với Chúa có tác động sâu sắc, và bà không thể giữ lại được nữa. Lời cầu nguyện của An-ne có những điểm tương đồng nổi bật với bài ca ngợi của Ma-ri khi bà mang thai Chúa Jêsus. Trong Lu-ca 1:46-56, Ma-ri dùng lời của An-ne để cất lên bài ca của chính bà về sự thành tín và quyền năng của Đức Chúa Trời. Bằng cách này, An-ne và Sa-mu-ên hướng chúng ta đến với Ma-ri và Chúa Jêsus.

Là con gái của Đức Chúa Trời, bạn có thể yên tâm rằng Đức Chúa Trời nhìn thấy bạn và biết bạn. Có một mục đích cho mọi hoàn cảnh đau khổ mà bạn trải qua, ngay cả khi bạn không biết nó là gì. Đối với An-ne, nỗi đau đã đưa bà đến chỗ tin cậy hoàn toàn vào Chúa. Và khi bà sinh con trai, Sa-mu-ên, bà đã trung tín giữ lời hứa với Đức Chúa Trời, và con trai bà đã trở thành một nhà tiên tri vĩ đại của Y-sơ-ra-ên. Cả An-ne và Sa-mu-ên đều trung tín phục vụ Đức Chúa Trời.

Có thể bạn chưa biết hoặc chưa hiểu hết phần cuối của câu chuyện, nhưng bạn có thể tin cậy rằng bạn không bao giờ cô đơn và Chúa Bình An (Ê-sai 9:6) sẽ hướng dẫn từng bước của bạn.

Hôm nay hãy dành chút thời gian để ghi lại lời cầu nguyện của bạn giống như của An-ne. Hãy trút bầu tâm sự của bạn cho Chúa, nói lên những lời bày tỏ sự tin cậy và ngợi khen, sử dụng một số ngôn từ của An-ne, và để Đức Thánh Linh hướng dẫn bạn cách tin cậy Chúa về kết quả từ nỗi đau của bạn.

NGÀY 02

TUẦN BA

A-bi-ga-in

ĐĂNG QUANG TRONG SỰ CÔNG CHÍNH

Soạn giả: Kelly D. King

Câu chuyện về A-bi-ga-in được ghi lại trong 1 Sa-mu-ên 25. Bà được biết đến nhiều nhất vì là vợ của Vua Đa-vít. A-bi-ga-in cũng được nhắc đến trong 1 Sa-mu-ên 30; 2 Sa-mu-ên 2; và 1 Sử Ký 3:1.

Tôi gặp Lauren vài năm sau khi bà từ bỏ vương miện Hoa Hậu Mỹ 2007 mà ai cũng muốn. Ngày nay, Lauren là mẹ của ba đứa con, một người vợ trong mục vụ và là người dẫn chương trình truyền hình. Dù cuộc sống hằng ngày của bà trông giống như rất nhiều phụ nữ, bà vẫn luôn có sự khác biệt duy nhất là Hoa Hậu Mỹ. Trong những năm tôi phục vụ trong mục vụ phụ nữ, tôi cũng đã làm việc với một số người phụ nữ tin kính khác đã chiến thắng trong các cuộc thi sắc đẹp. Họ rất điềm đạm và lưu loát. Nếu bạn hỏi họ một câu hỏi khó, bạn sẽ thường nhận được câu trả lời khôn ngoan và thông minh. Kinh nghiệm và sự huấn luyện của họ đã chuẩn bị cho họ vượt qua các cuộc thi và trang bị họ cho cuộc sống tận hiến với Chúa.

Ê-xơ-tê là nhân vật chúng ta thường nghĩ đến khi bàn về một hoàng hậu trong Kinh Thánh, nhưng tôi nghĩ A-bi-ga-in xứng đáng được công nhận nhiều hơn những gì bà nhận được. Giống như những nữ hoàng cuộc thi mà tôi đã có thể hợp tác trong chức vụ, A-bi-ga-in phá vỡ khuôn mẫu. Câu chuyện của bà trong 1 Sa-mu-ên 25 cho chúng ta thấy một người phụ nữ có lòng can đảm và đức tin mà Đức Chúa Trời đã sử dụng một cách rất cụ thể.

HÃY ĐỌC 1 SA-MU-ÊN 25:1-13. Ghi chú bên cạnh mỗi tên những gì bạn khám phá được về những người sau đây.

Sa-mu-ên	
Đa-vít	
Na-banh	
A-bi-ga-in	

Nếu bạn có thêm vài phút, sẽ rất hữu ích nếu bạn đọc qua 1 Sa-mu-ên 18–19 để nắm một số bối cảnh cho chương 25. Các chương 18–19 mô tả sự trỗi dậy quyền lực của Đa-vít và quyền lực suy giảm của Vua Sau-lơ. Thương tiếc cái chết của Sa-mu-ên và chạy trốn khỏi Vua Sau-lơ ghen tuông, Đa-vít tìm nơi ẩn náu ở một số vùng sa mạc, bao gồm Ma-ôn, khu vực mà Na-banh và A-bi-ga-in sinh sống.

Phần đầu của 1 Sa-mu-ên 25 vẽ nên sự tương phản rõ rệt giữa A-bi-ga-in và chồng bà. Na-banh được mô tả là "cứng cỏi và hung ác," trong khi A-bi-ga-in được mô tả là "khôn ngoan xinh đẹp" (25:3). Từ gốc Hê-bơ-rơ được sử dụng để mô tả trí thông minh của A-bi-ga-in cũng chính là từ được dùng để mô tả Đa-vít là người thành công trong 1 Sa-mu-ên 18:5, nghĩa là cả hai đều hiểu biết tốt, thận trọng và sâu sắc.[1] A-bi-ga-in không chỉ xinh đẹp mà còn khôn ngoan.

ĐỌC LẠI 1 SA-MU-ÊN 25:4-13. Hãy tóm tắt vấn đề nảy sinh ngay từ đầu chương này.

Mười ba câu đầu mô tả cuộc xung đột nảy sinh giữa Đa-vít và Na-banh. Việc xén lông cừu diễn ra hai lần một năm, và Đa-vít ra lệnh cho người của ông làm nhiệm vụ bảo vệ các tôi tớ và gia súc của Na-banh. Là người thuộc dòng dõi Ca-lép, Na-banh thuộc chi phái Giu-đa, nghĩa là ông có bà con với Đa-vít. Đa-vít hướng dẫn những thanh niên trẻ của mình nhận khoản thanh toán thích hợp cho những dịch vụ của họ, nhưng Na-banh từ chối. Kết quả? Một Na-banh giận dữ, ích kỷ và một Đa-vít đầy hận thù.

ĐỌC 1 SA-MU-ÊN 25:14-31.
Hãy nêu những việc cụ thể mà A-bi-ga-in đã làm trong những câu này:

câu 18

câu 20

câu 23

các câu 30-31

Những câu này tiết lộ khoảnh khắc tỏa sáng của A-bi-ga-in và bài phát biểu dài nhất của một người phụ nữ trong Cựu Ước.[2] Chúng ta thấy bà can thiệp vào một tình huống bất ổn và xoa dịu một xung đột. Sự chủ động và độc lập của A-bi-ga-in chắc chắn là rất hiếm đối với một phụ nữ đã có chồng trong thời đại và nền văn hóa đó. Trong trường hợp này, nó rất là tai tiếng vì nó dẫn đến một cuộc gặp gỡ bí mật với một trong những kẻ thù của chồng bà. Tuy nhiên, bà đã làm ba điều đáng chú ý trong hành động của mình: 1. bà đã cầu thay cho Na-banh, nhận lỗi lầm mà lẽ ra ông phải gánh; 2. bà nói tiên tri về số phận làm vua trong tương lai của Đa-vít; 3. bà đã ngăn không cho Đa-vít tự xét đoán mình. Bà cũng nhắc đến "Đức Giê-hô-va" hay "Đức Chúa Trời" bảy lần trong các câu 26-30.

Khi A-bi-ga-in thành công ngăn cản Đa-vít báo thù, bà đã ngăn cản ông phạm tội, ít nhất là tạm thời. Câu chuyện của A-bi-ga-in cho chúng ta cái nhìn đầu tiên về những thiếu sót của chính Đa-vít, và câu chuyện kết thúc với việc ông lấy thêm vợ, điều này cuối cùng sẽ dẫn đến sự suy sụp của ông.

ĐỌC LẠI 1 SA-MU-ÊN 25:26-30. Hãy gạch dưới mỗi lần A-bi-ga-in nói về Đức Chúa Trời và đường lối của Ngài.

BÂY GIỜ HÃY ĐỌC 1 SA-MU-ÊN 25:32-42. Khi đọc, bạn hãy khoanh tròn cụ thể từ mà Đa-vít dùng để mô tả A-bi-ga-in.

Đa-vít nhận món quà và những lời khôn ngoan của A-bi-ga-in, và bà trở về nhà thì gặp một Na-banh say rượu. Khả năng tự kiềm chế của bà là một dấu hiệu khác cho thấy A-bi-ga-in đã tin cậy nơi Chúa và không tự mình giải quyết vấn đề. Hôm sau, khi Na-banh tỉnh táo, bà chia sẻ những gì mình đã làm. Rồi Na-banh chết. Bất luận ông chết như thế nào, Kinh Thánh nói rõ ràng, "Đức Giê-hô-va đánh Na-banh, và ông chết" (c. 38). Trong những ngày sau đó, Đa-vít nhận ra rằng A-bi-ga-in không chỉ là một người hòa giải; bà là một người phụ nữ tin kính mà ông muốn kết hôn.

Giống như A-bi-ga-in, bạn có thể dùng những cách nào để dừng tập trung vào bản thân hầu tập chú vào bản tính của Đức Chúa Trời khi tìm kiếm hòa bình trong xung đột? Hãy viết ra một số ý tưởng cụ thể này ra trong đầu.

Có nhiều hình ảnh thoáng qua về Chúa Jêsus trong câu chuyện của A-bi-ga-in. Khi chúng ta đồng ý đứng vào tư cách là người thừa kế hợp pháp của Đấng Christ, Ngài sẽ đưa chúng ta vào Hội Thánh của Ngài để chúng ta có thể phục vụ Ngài và ở trong Ngài mãi mãi. A-bi-ga-in gánh nhận tội lỗi của Na-banh, điều này nhắc nhở chúng ta về cách Đấng Christ gánh tội lỗi của chúng ta trên thập tự giá. Thêm vào đó, sự hòa giải khôn ngoan của bà nhằm hóa giải một cuộc xung đột sắp xảy ra là một tấm gương cho tất cả chúng ta là những người kiến tạo hòa bình trong một nền văn hóa đầy xung đột. A-bi-ga-in là một tấm gương tin kính về một người phụ nữ tận tụy với Đức Chúa Trời, một người phụ nữ tin cậy rằng Ngài sẽ chu cấp và bảo vệ bà.

Bạn và tôi nên nhìn vào gương mỗi ngày và cân nhắc xem chúng ta có phản chiếu Cha trên trời giữa cuộc đời mình không. Nguyện xin Chúa cho bạn là người phụ nữ tận hiến cho Đức Chúa Trời, người đội vương miện của sự công chính nhờ ơn Đấng Christ. Hôm nay, hãy cầu nguyện và xin Chúa giúp bạn giống như Ngài nhiều hơn.

Bát Sê-ba

ĐƯỢC PHỤC HỒI ĐỂ HY VỌNG

Soạn giả: Ravin McKelvy

Câu chuyện của Bát Sê-ba được ghi lại trong 2 Sa-mu-ên 11. Bà được biết đến nhiều nhất vì là nạn nhân vụ ngoại tình của Đa-vít và là mẹ của Vua Sa-lô-môn. Bà cũng được nhắc đến trong 2 Sa-mu-ên 12:24; 1 Các Vua 1; và Ma-thi-ơ 1:6.

Gần đây, tôi đã cùng một người bạn thân trải qua một giai đoạn khó khăn trong cuộc đời cô. Việc này đã tàn phá gia đình cô, và khiến cô rất đau lòng. Chúng tôi đã dành không biết bao nhiêu thời gian để cùng nhau cầu nguyện và đương đầu, và một trong những điều khó khăn nhất đối với tôi là việc cả hai chúng tôi đều thiếu kiểm soát đối với hoàn cảnh. Đối phó với những thử thách vốn là hệ quả từ hành động của chúng ta là một chuyện, nhưng khi chúng là hệ quả từ tội lỗi của người khác hoặc đơn giản là sống trong một thế giới sa ngã, thì nó có thể mang đến một mức độ tàn phá khác. Đã nhiều lần khi tôi và bạn tôi đang nói chuyện, tôi nhớ đến câu chuyện về Bát Sê-ba.

HÃY ĐỌC HẾT 2 SA-MU-ÊN 11, SAU ĐÓ ĐỌC LẠI 11:2-5. Trong Kinh Thánh của bạn hoặc trong danh sách dưới đây, khoanh tròn những động từ gắn liền với Đa-vít trong 2 Sa-mu-ên 11:2-5. Hãy gạch chân những câu liên quan đến Bát Sê-ba.

ĐỨNG DẬY	THANH TẨY	ĐẾN	SAI
NẰM	THẤY	TRỞ VỀ	ĐI DẠO

Bạn thấy điều gì nổi bật khi so sánh hành động của Đa-vít với hành động của Bát Sê-ba?

Như bạn đọc trong phân đoạn này, khi chúng ta lần đầu tiên gặp Bát Sê-ba, bà đang tắm trên mái nhà. Từ những gì chúng ta có thể biết được từ Kinh Thánh, bà đang giữ luật thanh tẩy của Cựu Ước, nghi thức làm sạch bắt buộc sau chu kỳ kinh nguyệt của phụ nữ (c. 4). Bằng chứng trong bản văn chỉ ra rằng Đa-vít nhìn thấy và thèm muốn Bát Sê-ba, sau đó ông gọi bà đến ngủ với ông. Nếu bạn đọc tiếp trong 2 Sa-mu-ên 12, bạn sẽ thấy nhà tiên tri Na-than đã lên án hành động của Đa-vít, và sau đó Đa-vít thú nhận rằng mình đã phạm tội (2 Sa 12:13). Thật không may, sự ăn năn của Đa-vít đã không xảy ra trước khi tội lỗi của ông gây ra thiệt hại sâu sắc trong cuộc đời bà.

BÂY GIỜ HÃY ĐỌC 2 SA-MU-ÊN 11:6–12:23. Hậu quả nào bắt nguồn từ tội lỗi của Đa-vít?

Khi Đa-vít ban đầu cố gắng che đậy tội lỗi của mình, nó đã lan rộng và dẫn đến sự chết—vụ giết U-ri, chồng của Bát Sê-ba (2 Sa 11:17), cái chết của những người lính cùng ông ở tiền tuyến, và sau đó là cái chết của con trai đầu lòng giữa

Đa-vít và Bát Sê-ba, bé đã chết vì Chúa phán xét Đa-vít (2 Sa 12:14-18). Chúng ta không có thông tin chi tiết về trạng thái cảm xúc của Bát Sê-ba trong thời gian này, nhưng chúng ta được biết rằng bà thương tiếc cái chết của U-ri (2 Sa 11:26) và Đa-vít đã an ủi bà sau cái chết của con trai họ (2 Sa 12:24).

Rất may, câu chuyện của Bát Sê-ba không kết thúc ở đó. Và giống như bà, câu chuyện của chúng ta không kết thúc trong những thử thách của mình. Chúa thực sự nhìn thấy sự đau khổ của chúng ta và Ngài không quan sát một cách thụ động. Khi xem xét kỹ hơn cuộc đời của Bát Sê-ba, chúng ta thấy một tấm gương tuyệt vời về cách Chúa quan tâm, phục hồi và cứu chuộc ngay cả trong những hoàn cảnh tàn khốc nhất.

Có khó khăn nào trong cuộc sống của bạn hoặc của một người bạn biết mà bạn không kiểm soát được không? Bạn muốn nhìn thấy Chúa giải cứu sự thử thách hoặc giai đoạn này theo những cách cụ thể nào?

HÃY ĐỌC MA-THI-Ơ 1:1-17, TẬP TRUNG VÀO CÂU 6. Những người phụ nữ khác đã được nhắc tên trong gia phả của Chúa Jêsus. Vì sao Ma-thi-ơ lại chỉ mô tả về Bát Sê-ba trong câu 6, thay vì nêu tên bà? Chúng ta chỉ có thể suy đoán, vì vậy hãy viết ra ít nhất một ý nghĩ xuất hiện trong trí của bạn.

Bây giờ gia phả này sẽ ngày càng trở nên quen thuộc với bạn. Khi bạn xem kỹ câu 6, bạn sẽ thấy Bát Sê-ba, được đề cập ở đây là "vợ của U-ri," một lời nhắc nhở không mấy tinh tế về tội lỗi của Đa-vít ở giữa gia phả của Chúa Jêsus. Bát Sê-ba, mẹ của Sa-lô-môn, là một phần trong huyết thống của Chúa Jêsus. Điều này khác xa với những gì chúng ta thấy bà trong 2 Sa-mu-ên 12. Chúng ta thường nhận biết Bát Sê-ba chủ yếu qua giai đoạn khó khăn nhất trong cuộc đời bà. Nhưng Ma-thi-ơ 1:6 nhắc nhở chúng ta rằng Đức Chúa Trời đã mang lại kết quả và niềm vui từ giai đoạn đó, vốn là bằng chứng về sự thành tín của Đức Chúa Trời giữa đau khổ. Dù Bát Sê-ba đã mất mát nhiều, nhưng Chúa không bỏ bà ở đó.

Chúng ta sẽ không bao giờ biết tất cả những cách Đức Chúa Trời đã an ủi và cứu chuộc Bát Sê-ba khỏi nỗi buồn và đau khổ của bà. Nhưng chúng ta biết ba cách:

1. Chúa ban cho bà một con trai, Sa-lô-môn (2 Sa 12:24-25);

2. Sau đó, Đức Chúa Trời dùng bà như một tiếng nói có ảnh hưởng trong việc con trai bà được bổ nhiệm làm vua Y-sơ-ra-ên (1 Vua 1:11-40);

3. Và cuối cùng trong Ma-thi-ơ 1, chúng ta thấy Chúa Jêsus đến từ dòng dõi của Đa-vít và Bát Sê-ba qua Sa-lô-môn.

Trong Kinh Thánh, chúng ta đọc nhiều câu chuyện giống như chuyện của Bát Sê-ba, nơi Chúa mang đến sự tốt lành và vinh quang của Ngài qua những hoàn cảnh đau khổ. Nhưng khi chúng ta đang ở giữa đau khổ—khi chúng ta đã chìm sâu vào bóng tối đến nỗi ánh sáng dường như chỉ còn là ký ức—thì làm sao để chúng ta chiến đấu chống lại sự tuyệt vọng?

Ký thuật về Bát Sê-ba không chỉ đơn giản là một câu chuyện mà còn là ánh sáng hy vọng mà chúng ta có thể bám chặt lấy. Chúng ta phục vụ một Đức Chúa Trời có khả năng biến những tình huống bi đát nhất thành những bằng chứng đẹp đẽ về sự thành tín của Ngài. Không một giọt nước mắt nào Bát Sê-ba đã khóc mà Chúa không nhìn thấy; không có một đau buồn nào mà Ngài cũng không kể là quan trọng. Chúa không chỉ canh giữ chúng ta trong nỗi đau của chúng ta; Ngài đồng đi với chúng ta giữa nỗi đau đó. Chúng ta không cần phải giả vờ rằng sự đau khổ của mình không tồn tại hoặc để nó dẫn đến chỗ tuyệt vọng. Chúng ta có thể bám chặt lấy Chúa khi chúng ta đương đầu với nó.

ĐỌC 2 CÔ-RINH-TÔ 4:16-18, nếu có thể, hãy đọc lớn tiếng, đọc cách chậm rãi và suy ngẫm.

Vậy nên, chúng tôi không nản lòng, dù con người bên ngoài bị suy mòn dần nhưng con người bên trong ngày càng đổi mới hơn. Vì sự hoạn nạn nhẹ và tạm của chúng ta sẽ đem lại cho chúng ta vinh quang cao trọng và vĩnh cửu, bởi chúng ta không chú tâm đến những điều thấy được, nhưng chú tâm đến những điều không thấy được. Vì những điều thấy được chỉ là tạm thời, còn những điều không thấy được là vĩnh cửu.

Chúa không chỉ cứu chuộc sự đau khổ của Bát Sê-ba, mà Ngài còn hoạch định điều đó để mang lại sự cứu chuộc cho nhiều người qua sự giáng sinh của Chúa Jêsus. Khi chúng ta bám vào hy vọng lúc trải qua những giai đoạn khó khăn, chúng ta cũng phải nhớ rằng Chúa đã nghĩ đến nhiều thế hệ trong tâm trí. Ngài không những có thể bắt lấy hoàn cảnh của chúng ta và cứu chuộc nó, mà Ngài còn có thể sử dụng lời chứng của chúng ta về sự nương dựa và hy vọng nơi Ngài để dẫn dắt những người khác đến với Ngài trong sự hiệp thông lớn lao hơn.

Trong nhật ký hoặc ghi chú trong điện thoại, hãy viết một bài thơ hoặc lời cầu nguyện kể về giai đoạn cuộc đời bạn đang trải qua. Hãy cố ý kết thúc nó bằng cách công bố niềm hy vọng mà bạn có nơi Chúa Jêsus, bất luận hoàn cảnh nào. Hãy giữ lời cầu nguyện này để bạn có thể tham khảo lại nó bất cứ khi nào bạn cần.

NGÀY 04

Hun-đa

NHỮNG SỨ ĐIỆP CỨU CHUỘC

Soạn giả: Christine Thornton

Câu chuyện của Hun-đa được ghi lại trong 2 Các Vua 22:14-20 và 2 Sử Ký 34:22-28. Bà được biết đến nhiều nhất với tư cách là một nữ tiên tri ở Giu-đa dưới triều đại của Vua Giô-si-a.

Đôi lúc sau khi dành hết ngày này sang ngày khác để đọc Cựu Ước, chúng ta thấy mình muốn đến với Tân Ước và sự giáng lâm của Chúa Jêsus. Có thể bây giờ bạn cảm thấy như vậy sau nhiều ngày đọc những câu chuyện về những người phụ nữ trong Cựu Ước. Bạn có thấy mình muốn đọc về Chúa Jêsus không? Tôi hy vọng những lúc bạn thoáng bắt gặp Ngài trong suốt chặng đường cho đến nay đã khích lệ bạn; chúng ta sẽ thoáng thấy Ngài lần nữa trong ngày hôm nay. Đây là một câu chuyện về lịch sử của Y-sơ-ra-ên, nhưng nó thực sự là một câu chuyện về Phúc Âm của Đức Chúa Jêsus Christ. Khi tìm hiểu về Hun-đa và Giô-si-a, chúng ta sẽ thấy Đấng Christ trong tất cả vinh quang của Ngài.

HÃY BẮT ĐẦU BẰNG CÁCH ĐỌC 2 CÁC VUA 22:14-17 VÀ 2 SỬ KÝ 34:22-25. Bạn học được gì về Hun-đa từ những câu này?

Câu chuyện duy nhất mà chúng ta được kể về Hun-đa xuất hiện ở hai nơi trong Kinh Thánh—2 Các Vua 22 và 2 Sử Ký 24. Hun-đa đóng một vai trò không thể thiếu trong câu chuyện của Vua Giô-si-a. Không giống như các tổ phụ trước đó, Giô-si-a đi trên con đường ngay thẳng của sự công chính (2 Vua 22:2; 2 Sử 34:2). Ông phá đổ các thần tượng và khôi phục lại đền thờ (2 Sử 34:3-8). Trong quá trình trùng tu đền thờ, thầy tế lễ thượng phẩm phát hiện các Sách Luật Pháp—năm sách đầu tiên của Cựu Ước (2 Vua 22:8; 2 Sử 34:14). Khi Giô-si-a nghe những lời này, ông nhận ra rằng sự bất tuân của dân tộc ông đã khiến Đức Chúa Trời nổi cơn thịnh nộ (2 Vua 22:11; 2 Sử 34:19). Do đó, ông sai thầy tế lễ thượng phẩm và một số đầy tớ đi hỏi một nhà tiên tri về vấn để này (2 Vua 22:13; 2 Sử 34:21).

Thế là nữ tiên tri Hun-đa xuất hiện. Giống như Môi-se, Mi-ri-am, Đê-bô-ra và Sa-mu-ên trước bà, Đức Chúa Trời phán lời Ngài từ miệng bà. Đức Chúa Trời luôn hướng dẫn dân sự của Ngài bằng lời Ngài thông qua môi miệng của con người. Trong trường hợp này, Đức Chúa Trời đã làm như vậy qua cả hai nhà tiên tri trong quá khứ của Ngài, là Môi-se, trong Sách Luật Pháp, và nhà tiên tri hiện tại, Hun-đa. Lời Đức Chúa Trời qua Hun-đa rất có sức nặng và thẩm quyền phù hợp với chính Đức Chúa Trời.

Hãy tóm tắt phần đầu lời tiên tri của Hun-đa trong 2 Các Vua 22:16-17 và 2 Sử Ký 34:23-25.

Hun-đa đã công bố lời tiên tri, theo những gì đã được viết trong luật pháp. Bà đã công bố một lời mới, vang vọng lại lời cũ của Môi-se. Đầu tiên, bà nói về sự hủy diệt Giu-đa sắp xảy ra vì sự bất tuân của họ đã được báo trước trong Phục Truyền Luật Lệ Ký 11:26-28.

Kìa, hôm nay tôi đặt trước mặt anh em phước lành và nguyền rủa. Anh em sẽ hưởng phước lành nếu vâng theo các điều răn của Giê-hô-va Đức Chúa Trời mà tôi truyền cho anh em hôm nay; hoặc anh em sẽ bị nguyền rủa nếu không vâng theo các điều răn của Giê-hô-va Đức Chúa Trời, nhưng quay lưng lại với đường lối tôi truyền cho anh em hôm nay, để đi theo các thần khác mà anh em chưa từng biết.

Trước khi vào đất hứa, dân sự của Đức Chúa Trời được lựa chọn vâng lời và được ban phước hoặc không vâng lời và bị rủa sả. Sự bất tuân chống lại Đức Chúa Trời luôn phải gánh chịu sự trừng phạt hay sự rủa sả công minh của Ngài. Hun-đa tuyên bố với Giô-si-a và vương quốc của ông rằng Đức Chúa Trời sẽ giữ đúng lời Ngài, và sự bất tuân của họ sẽ bị rủa sả, vốn là hình phạt công chính của Ngài.

Hãy dành một chút thời gian để suy ngẫm về cuộc sống của chính bạn. Bạn có đang lắng nghe và đáp ứng Lời có thẩm quyền của Đức Chúa Trời và chọn bước đi trên con đường vâng phục công chính không? Hãy trung thực trong sự tự suy xét của bạn.

BÂY GIỜ HÃY ĐỌC 2 CÁC VUA 22:18-20 VÀ 2 SỬ KÝ 34:26-28.

Tóm tắt phần còn lại lời tiên tri của Hun-đa. Cụ thể hơn, bà khẳng định điều gì về Vua Giô-si-a?

Khi Hun-đa hoàn tất công bố lời tiên tri, bà đã mang lại hy vọng cho Vua Giô-si-a. Bởi vì Giô-si-a đã nghe Lời Chúa và ăn năn thay cho tổ tiên mình, Đức Chúa Trời sẽ hoãn lại sự phán xét của Ngài trong một thời gian và hứa ban cho Giô-si-a sự bình an cho đến khi ông qua đời.

Hãy nghĩ về cách Vua Giô-si-a hành động. Tấm gương của ông hướng đến công việc của Chúa Jêsus trong đời sống bạn như thế nào?

Giô-si-a, một vị vua giống như Đa-vít (2 Sử 34:2), đã ăn năn thay cho thần dân của mình về những tội lỗi mà ông không phạm phải, và Đức Chúa Trời đã tạm hoãn sự phán xét của Ngài. Chúa Jêsus, Vua Đa-vít đích thực, đã ăn năn thay cho mọi người, mặc dù chính Ngài vô tội. Trong khi Đức Chúa Trời hoãn lại sự trừng phạt đối với Giô-si-a, thì Vị Vua Công Chính đích thực đã gánh lấy hình phạt rủa sả mà tất cả chúng ta đều đáng phải chịu. Ngài không được ban cho cái

chết bình an để về với tổ phụ của Ngài, nhưng Ngài đã chết cái chết dữ dội của
cơn thịnh nộ, bị phản bội và bị bỏ rơi; Ngài đau khổ và chết một mình. Trong
sự phục sinh và thăng thiên của Ngài, Chúa Jêsus ban cho chúng ta kết cuộc của
Giô-si-a. Chúng ta được giải cứu khỏi ngày thịnh nộ thảm khốc và bước vào sự
bình an của Ngài, được gặp lại cha mẹ, anh chị em mình, những người vẫn sống
trong Đấng Christ, mặc dù họ đã chết. Chúa Jêsus là niềm hy vọng trong câu
chuyện của Giô-si-a.

Bây giờ, hãy suy nghĩ cụ thể về vai trò của Hun-đa trong câu chuyện này.
Tấm gương của bà hướng đến công việc của Chúa Jêsus trong đời sống bạn
như thế nào?

Hun-đa báo tin mừng về sự cứu chuộc cho Giô-si-a. Từ môi miệng của bà, Chúa
đã công bố lời rủa sả và phước lành, sự hủy diệt và hy vọng, cơn thịnh nộ và hòa
bình. Cuối cùng, Chúa Jêsus là Đấng Tiên Tri đích thực. Ngài là Lời Phúc Âm
được công bố, và môi miệng con người đã công bố điều đó. Ngài tuyên bố rằng
sự phán xét theo sau sự bất tuân, nhưng cũng nhờ sự vâng phục cho đến chết và
sự phục sinh vinh quang của Ngài mà chúng ta có thể có được sự sống và bình
an. Do đó, Hun-đa, cũng như Giô-si-a, bày tỏ Đấng Christ và lời công bố tiên tri
của chính Ngài.

Câu chuyện của Hun-đa cung cấp cái nhìn sâu sắc thú vị về lịch sử của Y-sơ-ra-
ên, nhưng hơn thế nữa, nó công bố Phúc Âm của Đức Chúa Jêsus Christ. Ngài là
Vị Vua công chính ngự trị đời đời trên ngai vàng của Đa-vít, Đấng Tiên Tri công
bố phước lành và sự rủa sả, và Thầy Tế Lễ Thượng Phẩm đã dâng chính Ngài
làm tế lễ chuộc tội cho sự rủa sả của tội lỗi. Khi suy ngẫm về Hun-đa và Giô-
si-a, chúng ta hướng lòng về Đấng Christ và kinh ngạc trước tin mừng về sự sống
trong Ngài.

Bạn có đang tin cậy Đấng Christ là Vua công chính đã gánh lấy sự rủa
sả cho bạn không? Bạn có trung tín rao giảng Phúc Âm cho những người
chung quanh không? Hãy dành một phút để suy ngẫm về những câu hỏi
này khi bạn cầu nguyện. Hãy nhớ lại Phúc Âm. Hãy nói lớn tiếng hoặc viết
tin mừng vào nhật ký hoặc trong cuốn sách của bạn. Sử dụng bất cứ từ nào
bạn quen thuộc. Nếu bạn không biết phải nói gì, có một ví dụ cho bạn ở
trang 164.

Ê-xơ-tê

TIN CẬY NƠI ĐỨC CHÚA TRỜI

Soạn giả: Michelle R. Hicks

TUẦN BA

Câu chuyện của Ê-xơ-tê được ghi lại trong Ê-xơ-tê 1–10. Bà được biết đến nhiều nhất với tư cách là hoàng hậu Ba Tư và là người ra mắt Vua A-suê-ru để cứu người Do Thái khỏi bị hành quyết.

Sau khi ăn xong bữa trưa, bà tôi sẽ xem chương trình mà bà gọi là "câu chuyện" của bà, còn được gọi là phim truyền hình. Bà biết những nhân vật này. Thỉnh thoảng, bà sẽ cảnh báo họ về những lựa chọn tồi tệ của họ trong thời điểm đó. Có lúc chúng tôi nhắc bà rằng đây không phải là người thật, chỉ là một phần của câu chuyện.

Sách Ê-xơ-tê có tất cả những kịch tính của một câu chuyện hấp dẫn, và đó là sự thật. Nó ghi lại những sự kiện có thật trong lịch sử dân sự của Đức Chúa Trời. Trên thực tế, đây là cuốn sách cuối cùng trong thể loại lịch sử của Cựu Ước. Với độ dài mười chương, nó là một cuốn sách hấp dẫn để đọc. Nếu bạn có thời gian trong lịch trình hôm nay hoặc tuần này, tôi khuyến khích bạn đọc toàn bộ sách, hoặc nghe nó trên một ứng dụng Kinh Thánh. Hôm nay chúng ta sẽ chỉ tập trung vào những khoảnh khắc chính yếu trong câu chuyện của Ê-xơ-tê.

Nhưng trước tiên, phải bàn một chút về bối cảnh! Rất lâu trước thời Ê-xơ-tê và Đế quốc Phe-rơ-sơ, dân sự của Đức Chúa Trời đã trở nên bất cẩn trong việc vâng lời Chúa mà xây lưng lại với Ngài. Hậu quả là họ phải gánh hình phạt bị lưu đày ở Ba-by-lôn, không được hưởng sự thoải mái và an ninh của miền đất hứa. Cuối cùng, Đế quốc Ba-by-lôn bị Vua Si-ru của Ba Tư chinh phục. Ông cho phép người Do Thái trở về quê hương hoặc ở lại Ba Tư. Đức Chúa Trời thực hiện các kế hoạch và mục đích của Ngài qua Vua Si-ru để giải cứu dân Ngài khỏi lưu đày, một lời nhắc nhở cho chúng ta rằng mỗi con người đều ở dưới quyền của Chúa, kể cả những người không biết hoặc không tin vào Chúa. (Xem Ê-sai 45:1-7.) Vua A-suê-ru là một trong những nhân vật trung tâm trong sách Ê-xơ-tê, và là cháu trai của Vua Si-ru.

HÃY ĐỌC Ê-XƠ-TÊ 1–3. Khi đọc, bạn hãy điền vào bảng bên dưới, ghi lại những điều quan trọng mà bạn khám phá về những người được đề cập đến.

Tên	Tính Cách Của Người Đó	Mối Tương Giao Với Chúa
Vua A-suê-ru		
Hoàng hậu Vả-thi		
Các quan chức/cố vấn của nhà vua, Mê-mu-can		

Tên	Tính Cách Của Người Đó	Mối Tương Giao Với Chúa
Ha-đa-sa (Ê-xơ-tê)		
Hê-gai		
Ha-man		

Bạn học được gì về Đức Chúa Trời qua những sự kiện và con người trong các chương mở đầu của sách Ê-xơ-tê?

Một trong những đặc điểm thú vị nhất của sách Ê-xơ-tê là mặc dù đây là một sách quan trọng trong Cựu Ước, và Kinh Thánh là sự mặc khải thành văn về chính Đức Chúa Trời, nhưng không có sự đề cập trực tiếp nào về Đức Chúa Trời trong sách này. Vậy mà Ngài hiện diện xuyên suốt toàn bộ câu chuyện. Chỉ từ ba chương đầu tiên, người đọc được nhắc nhở rằng Đức Chúa Trời là Đấng tể trị. Ngài đang hành động ngay cả khi chúng ta không nhìn thấy Ngài hoặc không nghe thấy danh Ngài. Đức Chúa Trời đã vận hành tại Ba Tư với Ê-xơ-tê, và Ngài vẫn tiếp tục vận hành trên thế giới ngày nay. Thần của Đức Chúa Trời vận hành trong những vương triều cao nhất giữa các vị vua và trên đường phố, giữa những người dễ bị tổn thương và bị gạt ra bên lề.

Vào thời điểm này trong lịch sử Y-sơ-ra-ên, cuộc lưu đày đã kết thúc. Dân sự của Chúa được tự do trở về về quê hương; nhưng nhiều người vẫn ở lại Ba Tư. Chúng ta không thể biết chắc tại sao rất nhiều người Y-sơ-ra-ên ở lại, nhưng có lẽ họ đã quen với văn hóa Ba Tư. Họ cảm thấy thoải mái, an cư và hài lòng. Dường như ngay cả Ê-xơ-tê cũng đã quen với sự xa hoa của cung điện.

Những cám dỗ của sự thoải mái, tự do và những thứ xa xỉ nào có sẵn trong nền văn hóa của chúng ta mà bạn thấy đang đẩy bạn xa rời Đức Chúa Trời thay vì kéo bạn đến với Ngài?

Chúng ta đọc thấy "cả thành Su-sơ đều hoang mang lo lắng" trong Ê-xơ-tê 3:15. Sắc lệnh được ban hành để tiêu diệt dân sự của Đức Chúa Trời "trong một ngày, tức ngày mười ba tháng mười hai là tháng A-đa" (c. 13). Kẻ ác chống lại dân sự của Đức Chúa Trời không có gì mới. Kể từ vườn Ê-đen, Sa-tan đã âm mưu chống lại dân sự Đức Chúa Trời. Sắc lệnh của Ha-man và hành động của ông cho thấy một người có lòng căm thù sâu sắc đối với dân sự của Chúa như thế nào.

> Ê-xơ-tê và Mạc-đô-chê có thể đã trải qua sự bối rối hoặc đấu tranh trong đức tin của họ, nhưng trong Ê-xơ-tê 4, chúng ta thấy mỗi người trong số họ đều có sự thay đổi. Bạn thấy Mạc-đô-chê và Ê-xơ-tê bày tỏ niềm tin và sự tin cậy mới vào Đức Chúa Trời họ qua những cách nào?

MẠC-ĐÔ-CHÊ

Ê-XƠ-TÊ

Mặc dù danh của Đức Chúa Trời không được nhắc đến, nhưng Mạc-đô-chê tin chắc vào sự giải cứu của Ngài. Ông không đặt hy vọng vào Ê-xơ-tê nhưng vào Đức Chúa Trời. Và bà sẵn sàng từ bỏ mối quan hệ, sự bảo vệ và thoải mái của mình với nhà vua vì Đức Chúa Trời và những mục đích của Ngài, ngay cả khi Ê-xơ-tê phải trả giá bằng mạng sống của mình. Bà đã tận hiến với Chúa.

> Câu chuyện của Ê-xơ-tê phù hợp với câu chuyện vĩ đại hơn về sự cứu chuộc qua Đức Chúa Jêsus Christ như thế nào?

Giống như Mạc-đô-chê và người Do Thái, chúng ta cần một người trung gian. Chúng ta cần một người nào đó có quyền tiếp cận Đức Chúa Trời, người sẽ cầu xin Ngài thay cho chúng ta. Giống như Ê-xơ-tê thay mặt dân Do Thái đến gặp Vua A-suê-ru, Chúa Jêsus là Đấng Trung Bảo của chúng ta. Ngài không chỉ liều mình như Ê-xơ-tê; Ngài đã phó mạng sống của Ngài để cứu chúng ta.

"Câu chuyện của Ê-xơ-tê là một lời nhắc nhở mạnh mẽ rằng Đức Chúa Trời có thể mang lại sự sống mới, sự cứu chuộc và sự tự do ngay cả khi điều đó dường như là một kỳ tích bất khả thi."[3] Ê-xơ-tê không nói nhiều về cuộc sống của bà diễn ra như thế nào, nhưng bà rất dũng cảm và là một người phụ nữ có cá tính. Bà đã tận hiến cho Chúa. Ê-xơ-tê mạo hiểm việc bà có thể bị hành hình để bảo vệ dân của mình—dân sự của Đức Chúa Trời. Điều Mạc-đô-chê yêu cầu bà làm trung gian hòa giải với nhà vua có thể là dấu chấm hết của bà, nhưng bà đã yên nghỉ trong sự quan phòng của Đức Chúa Trời và tin cậy vào lời hứa của Ngài.

BÂY GIỜ, HÃY ĐỌC Ê-XƠ-TÊ 7:1-10 VÀ 8:1-8. Bạn thấy Ê-xơ-tê thể hiện sự khiêm nhường như thế nào trong những phân đoạn này? Sự khiêm nhường của bà dạy bạn điều gì về Đức Chúa Trời?

Đức Chúa Trời "đã dùng một người, mà do giới tính, văn hóa và hoàn cảnh," bà dường như vô hình và bất lực.[4] Đức Chúa Trời đã khiến bà trở thành khí cụ cho tình yêu cứu chuộc của Ngài. Ngay cả khi tên Ngài không được nhắc đến, hành động của Ê-xơ-tê đã chứng tỏ lòng tin cậy của bà vào một Đức Chúa Trời tối cao. Kết quả là dân sự của Đức Chúa Trời đã được cứu, và Lễ Phu-rim vẫn tiếp tục cho đến ngày nay để kỷ niệm "quyền năng cứu rỗi của Ngài được ghi trong sách Ê-xơ-tê."[5] (Hãy đọc Êtê 9.)

Câu chuyện của Ê-xơ-tê chứng tỏ sự quan phòng của Đức Chúa Trời—thẩm quyền, vương quốc, quyền tể trị và vinh quang của Ngài. Đức Chúa Trời vận hành và làm việc thông qua cuộc sống bình thường của con người. Không có âm mưu hay kế hoạch nào từ Sáng Thế Ký đến Khải Huyền có thể cản trở những mục đích của Đức Chúa Trời.

Hãy suy nghĩ về đời sống của bạn. Câu chuyện của bạn là gì? Đức Chúa Trời đã đặt bạn ở vị trí nào, và bạn đang được sử dụng như thế nào để mở rộng vương quốc của Đấng Christ?

Hãy cầu nguyện về nơi Chúa đã đặt để bạn và sự tận hiến của bạn cho Ngài. Hãy tin cậy vào sự quan phòng và quyền tể trị của Ngài. Hãy để Ngài tạo nên một câu chuyện đẹp về cuộc đời bạn vì sự vinh hiển của Ngài.

Câu chuyện của Ê-xơ-tê
là một lời nhắc nhở mạnh mẽ
rằng Đức Chúa Trời
có thể mang lại

sự sống mới,

sự cứu chuộc

và sự tự do

ngay cả khi điều đó
dường như là không thể.

TUẦN BA

SUY NGẪM

An-ne, A-bi-ga-in, Bát Sê-ba, Hun-đa, Ê-xơ-tê

Hãy dành vài phút để suy ngẫm về những lẽ thật bạn khám phá được khi học Lời Đức Chúa Trời tuần này. Hãy viết bất kỳ suy nghĩ cuối cùng nào dưới đây, hoặc dùng khoảng trống để ghi chú trong cuộc thảo luận với nhóm học Kinh Thánh của bạn. Bạn có thể dùng ba câu hỏi ở trang sau để tự suy ngẫm hoặc thảo luận nhóm.

Bạn có thể tải tài liệu hướng dẫn bài học *Tận Hiến* tại lifeway.com/devoted

Khi suy ngẫm về những phân đoạn Kinh Thánh bạn đọc tuần này, điều gì nổi bật đối với bạn về bản tính của Đức Chúa Trời?

Bạn đã được thách thức và khích lệ như thế nào trong mối tương giao của bạn với Chúa Jêsus qua phần Kinh Thánh mà bạn đã nghiên cứu?

Hãy viết ra một cách bạn có thể sử dụng những gì bạn đã học được trong tuần này để khích lệ người khác.

Dòng Thời Gian

CỦA NHỮNG NGƯỜI PHỤ NỮ TRONG KINH THÁNH THEO THỂ LOẠI VĂN CHƯƠNG

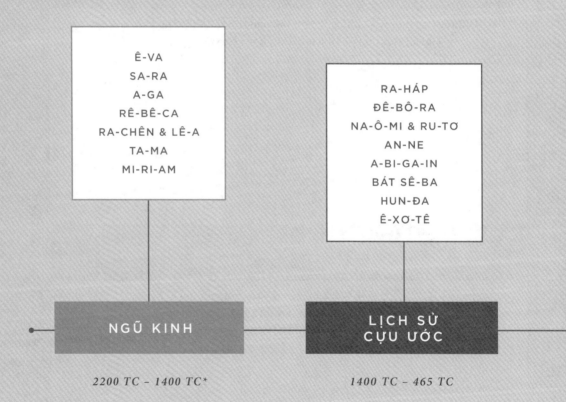

Ê-VA
SA-RA
A-GA
RÊ-BÊ-CA
RA-CHÊN & LÊ-A
TA-MA
MI-RI-AM

RA-HÁP
ĐÊ-BÔ-RA
NA-Ô-MI & RU-TƠ
AN-NE
A-BI-GA-IN
BÁT SÊ-BA
HUN-ĐA
Ê-XƠ-TÊ

NGŨ KINH

LỊCH SỬ CỰU ƯỚC

2200 TC – 1400 TC*

1400 TC – 465 TC

* Phỏng theo CSB Lifeway Women's Bible (Nashville: Holman Bible Publishers, 2022). Niên đại chỉ là ước tính.

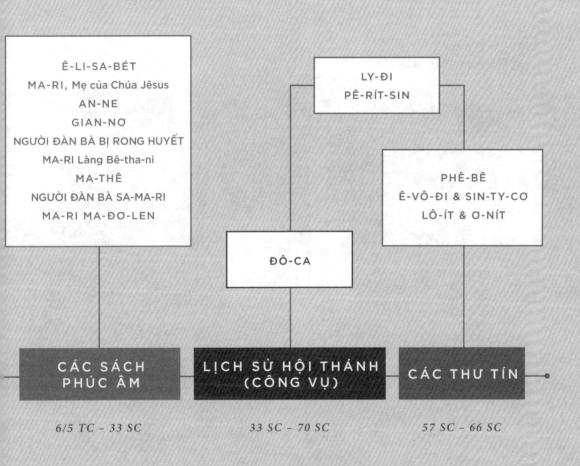

Ê-LI-SA-BÉT
MA-RI, Mẹ của Chúa Jêsus
AN-NE
GIAN-NƠ
NGƯỜI ĐÀN BÀ BỊ RONG HUYẾT
MA-RI Làng Bê-tha-ni
MA-THÊ
NGƯỜI ĐÀN BÀ SA-MA-RI
MA-RI MA-ĐƠ-LEN

LY-ĐI
PÊ-RÍT-SIN

PHÊ-BÊ
Ê-VÔ-ĐI & SIN-TY-CƠ
LÔ-ÍT & Ơ-NÍT

ĐÔ-CA

CÁC SÁCH
PHÚC ÂM

LỊCH SỬ HỘI THÁNH
(CÔNG VỤ)

CÁC THƯ TÍN

6/5 TC – 33 SC

33 SC – 70 SC

57 SC – 66 SC

Tuần Bốn

Ê-LI-SA-BÉT • MA-RI, MẸ CỦA CHÚA JÊSUS • AN-NE
GIAN-NƠ • NGƯỜI ĐÀN BÀ BỊ RONG HUYẾT

Ê-li-sa-bét

TẤM LÒNG KHAO KHÁT

Soạn giả: Debbie Dickerson

Câu chuyện của Ê-li-sa-bét được ghi lại trong Lu-ca 1. Bà được biết đến nhiều nhất vì là mẹ của Giăng Báp-tít và là chị họ của Ma-ri.

Tôi đã không nhìn thấy cuốn kỷ yếu thời trung học của mình trong nhiều năm cho đến khi tôi tình cờ nhìn thấy nó vào một ngày nọ—nó được giấu trong tủ quần áo của tôi. Ngón tay tôi chậm rãi dò tìm bức ảnh của mình và chỉ vào những khát vọng táo bạo của tôi được in bên dưới. Tôi lắc đầu không ngờ rằng mình đã tuyên bố mình sẽ trở thành một kỹ sư máy tính. Lúc đó nghe có vẻ tốt, giống như việc trở thành một nhà khảo cổ học khi tôi lên tám tuổi. Tôi đã không trở thành những người đó, trừ phi việc tìm kiếm đồ cũ trong tủ quần áo của tôi đủ điều kiện biến tôi thành một nhà khảo cổ học. Thật không phù hợp, những giấc mơ đó rất dễ dàng để bỏ qua. Nhưng không phải tất cả những khao khát đều chỉ tồn tại trong thời gian ngắn. Tôi gặp khó khăn hơn nhiều với những lời cầu xin sự chữa lành, cho các mối quan hệ hoặc những người thân yêu để biết Chúa mà dường như không được nhậm. Tất cả chúng ta đều có những khao khát không cần những trang sách của quá khứ nhắc mình nhớ.

Ở một nơi nào đó trên dòng thời gian vĩnh cửu của Đức Chúa Trời, có hai điểm xác định sự quyết tâm của Ngài nhằm phục hồi chúng ta về mối tương giao đúng đắn với Ngài: lời hứa Ngài sẽ sai Đấng Cứu Rỗi đến, dòng dõi sẽ đạp vào đầu con rắn là một dấu chấm (Sáng 3:15), và việc Ngài thực hiện lời hứa đó trong sự giáng sinh, sự chết và sự phục sinh của Chúa Jêsus gắn liền với dấu chấm kia (các sách Phúc Âm). Ở khoảng giữa chúng ta nhìn thấy kế hoạch tối cao của Chúa mở ra trong một dòng lịch sử dài, những khoảnh khắc mà bạn đã xem xét trong ba tuần qua. Những lời mở đầu sách Phúc Âm Lu-ca ghi một dấu tích trên dòng thời gian, phá vỡ bốn trăm năm im lặng với lời Chúa.[1] Ngay giao điểm của Trước Chúa (TC) và Sau Chúa (SC), kế hoạch của Đức Chúa Trời giao cắt với Ê-li-sa-bét.

HÃY ĐỌC LU-CA 1:1-7. Các câu 5-7 giới thiệu với chúng ta về Ê-li-sa-bét và chồng bà là Xa-cha-ri. Ê-li-sa-bét được mô tả như thế nào trong những câu này?

Dựa trên những câu này, lòng khao khát có con của Ê-li-sa-bét đã ảnh hưởng thế nào đến mối tương giao giữa bà với Đức Chúa Trời?

Lu-ca mô tả bà Ê-li-sa-bét là người công chính không chỗ trách được, tuân giữ luật pháp của Chúa. Xa-cha-ri cũng được mô tả tương tự. Lu-ca chỉ ra rằng Ê-li-sa-bét sinh ra trong gia đình của A-rôn, anh trai Môi-se, và là thầy tế lễ thượng phẩm đầu tiên, nghĩa là những người đàn ông trong gia đình bà tiếp tục phục vụ với tư cách là thầy tế lễ trong đền thờ.

Mặt khác, Ê-li-sa-bét bị son sẻ, đã quá tuổi sinh nở. Và thật đáng tiếc, trong nền văn hóa của bà, sự son sẻ thường được xem là dấu hiệu Chúa không đẹp lòng.[2] Từ góc độ thế tục, sự công chính của Ê-li-sa-bét không tương xứng để bà chịu sự ô nhục này. Vậy tại sao Ê-li-sa-bét vẫn trung tín với Đức Chúa Trời trong khi lẽ ra bà có thể trở nên cay đắng? Tên của bà cho chúng ta cái nhìn sâu sắc: Ê-li-sa-bét có nghĩa là "Chúa của tôi là thành tín."[3] Dù mong muốn có con, Xa-cha-ri và Ê-li-sa-bét vẫn giữ vững niềm tin kiên định nơi Đức Chúa Trời và tiếp tục phục vụ Ngài.

> Hãy nghĩ về một khao khát mà bạn cảm thấy hiện tại không được đáp ứng. Lòng khao khát đó ảnh hưởng như thế nào đến mối tương giao của bạn với Đức Chúa Trời?
> HÃY ĐỌC THI THIÊN 73:21-26, và cầu xin Chúa khuyên dạy bạn.

Sự khao khát đeo bám tâm hồn chúng ta. Trong khi cuộc sống của chúng ta có thể xuất hiện như những dấu chấm chưa được kết nối, 2 Sử-ký 16:9 bảo đảm với chúng ta rằng Đức Chúa Trời có một vị trí thuận lợi tối thượng: "Vì mắt của Đức Giê-hô-va soi xét khắp thế gian để giúp sức cho người nào trọn lòng đối với Ngài." Và khi chúng ta tin cậy Chúa về những khao khát của mình, sự thành tín của Ngài đưa chúng ta đến với một tình yêu lớn hơn, một sự tận hiến sâu sắc hơn.

> BÂY GIỜ HÃY ĐỌC LU-CA 1:8-17. Hãy để ý những từ liên quan đến thời gian và khoanh tròn chúng trong Kinh Thánh của bạn, hoặc liệt kê ở đây.

Trong hàng trăm năm, Đức Chúa Trời đã hành động, sắp xếp các sự kiện lịch sử để dẫn đến sự xuất hiện của Đấng Mê-si-a, Đấng Được Hứa Ban. Ngay cả việc Xa-cha-ri là thầy tế lễ trong đền thờ ngày đó cũng không khác gì một phép lạ. Mỗi nhóm thầy tế lễ đều phục vụ hai lần một năm, mỗi lần một tuần và trong các lễ hội tôn giáo lớn. Với ước tính có khoảng 18.000 thầy tế lễ thay phiên nhau, Xa-cha-ri chỉ có thể hy vọng được vào nơi thánh một lần trong đời để dâng hương.[4] Khi thấy ông được trúng thăm vào thời điểm này, chúng ta có thể nhận ra đó là bàn tay của Đức Chúa Trời trong lịch sử.

Thức hương Xa-cha-ri đốt trong đền thờ tượng trưng cho lời cầu nguyện của dân sự dâng lên Đức Chúa Trời.[5] Là một người Do Thái sùng đạo, hẳn Xa-cha-ri đã cầu nguyện cho Đấng Cứu Rỗi đến, nhưng chúng ta không biết lần cuối cùng ông cầu nguyện cho mình có một đứa con là khi nào.[6] Các câu 11-17 làm gián đoạn lời cầu nguyện của Xa-cha-ri với một thông báo từ thiên sứ: Hai sự sinh nở—hai lời cầu nguyện được đáp ứng—đã diễn ra. Sự khao khát của cặp vợ chồng này sẽ được nối kết một cách kỳ diệu với sự giáng lâm đã hứa của Đấng Cứu Thế (Mal 3:1). Sau nhiều năm im lặng, điều đó hẳn khiến ai cũng chú ý! Từ câu trả lời của Xa-cha-ri với thiên sứ trong 1:18, chúng ta thấy tất cả những điều đó nghe có vẻ quá nhiều; ông nghi ngờ những điều thiên sứ nói với mình, và hậu quả là ông mất khả năng nói cho đến khi đứa trẻ được sinh ra.

Đánh dấu vào dấu chấm bên trái dưới đây với niềm khao khát của Ê-li-sa-bét và dấu chấm còn lại với câu trả lời của Chúa. Khi bạn nối kết các dấu chấm bằng một đường liền nét tượng trưng cho cuộc đời của Ê-li-sa-bét, hãy suy xét kế hoạch của Đức Chúa Trời vĩ đại biết bao.

●   ●

BÂY GIỜ HÃY ĐỌC LU-CA 1:18-25, 39-45 VÀ 57-66. Hãy lưu ý Ê-li-sa-bét tiếp tục tận hiến. Trên đường kẻ bạn đã vẽ ở trên, hãy gạch ba đường nhỏ và đánh dấu chúng bằng những thói quen tâm linh mà bà đã thể hiện.

Tập trung vào Chúa, Ê-li-sa-bét tiếp tục thờ phượng và vâng lời Ngài. Chúa không chỉ đáp lời cầu nguyện của bà để bà có một đứa con, mà còn tuyệt vời hơn nữa, Ngài đã sắp xếp lời cầu nguyện đó phù hợp với Đấng Cứu Thế sắp đến, là Đấng sẽ xóa bỏ nỗi ô nhục của bà và sự ô nhục của tất cả những ai tin cậy nơi Ngài. Lòng tận hiến của Ê-li-sa-bét thể hiện qua sự bà vâng phục Chúa, khi bà và Xa-cha-ri làm phép cắt bì cho con trai của họ. Thay vì đặt tên cho con để vinh danh Xa-cha-ri, họ tôn trọng mệnh lệnh của Đức Chúa Trời—bất chấp sự mong đợi của người khác—và đặt tên cho con trai là Giăng. Dù cuộc sống của chúng ta có nhiều niềm khao khát, nhưng Đức Chúa Trời không bao giờ quên những lời cầu nguyện của chúng ta, bất luận chúng ta đã nói ra bao lâu rồi. Trong khi chờ xem bức tranh lớn hơn về những kế hoạch của Ngài dành cho mình, chúng ta có thể tiếp tục tận hiến hằng ngày bằng cách tập trung vào Chúa, thờ phượng Ngài và tuân theo Lời Ngài, biết rằng Ngài là Đấng thành tín để hoàn thành kế hoạch hoàn hảo của Ngài.

Hãy cam kết tiếp tục tận hiến cho Chúa bằng cách tra xem dòng thời gian của chính bạn. Hãy viết khao khát của bạn vào dấu chấm dưới đây. Sau đó, thêm một vài dấu tích với những từ bạn muốn mô tả sự chờ đợi của mình.

●————————————————————————————————▶

TÔI ĐANG KHAO KHÁT...

Những khao khát của chúng ta dẫn đến sự tận hiến sâu sắc hơn khi chúng ta tin cậy Đức Chúa Trời sẽ thành tín hoàn thành kế hoạch vĩ đại hơn của Ngài, chứ không phải của chúng ta. Hãy để Phi-líp 1:9-11 là lời cầu nguyện tận hiến cuối cùng của bạn ngày hôm nay: "Lạy Cha Thiên Thượng, con cầu xin rằng 'tình yêu thương của [con] ngày càng gia tăng, cùng với sự hiểu biết và mọi nhận thức sâu sắc, giúp [con] phân biệt điều gì là tốt nhất, để trong ngày của Đấng Christ [con] được tinh sạch, không chỗ chê trách, được đầy trái công chính bởi Đức Chúa Jêsus Christ để tôn vinh và ca ngợi Đức Chúa Trời.'"

Ma-ri,
Mẹ Của Chúa Jêsus

TẤM LÒNG TRUNG TÍN

Soạn giả: W. Diane Braden

Câu chuyện của Ma-ri được ghi lại trong Lu-ca 1–2 và Ma-thi-ơ 1:18–2:23. Bà được biết đến nhiều nhất vì là mẹ đồng trinh của Chúa Jêsus. Ma-ri cũng được nhắc đến trong Ma-thi-ơ 1:16; 12:46-49; 13:55; 27:56; Mác 3:31; 6:3; 15:47; Lu-ca 8:19; Giăng 19:25; và Công Vụ Các Sứ Đồ 1:14.

Hãy tưởng tượng việc sinh ra một lời hứa từ Đức Chúa Trời dẫn đến sự sống cứu thế giới khỏi tội lỗi. Thật không thể tưởng tượng được, nhưng Ma-ri đã làm điều đó khi bà sinh ra Đấng Cứu Thế của chúng ta, Chúa Jêsus. Ma-ri và Giô-sép đã được Chúa giao cho một nhiệm vụ cực kỳ quan trọng đến nỗi một thiên sứ đã hiện ra để truyền thông điệp cho cả hai người, và Kinh Thánh cho chúng ta biết họ đã thực hiện nhiệm vụ được giao trong sự vâng lời Cha trên trời của chúng ta.

Nhiều ngày, thậm chí nhiều tháng trôi qua sau khi thiên sứ hiện ra với Ma-ri, dáng vẻ của bà sẽ thay đổi khi Đức Chúa Trời cho hài nhi lớn lên bên trong bà. Tôi chỉ có thể tưởng tượng mọi người chỉ trỏ, thì thầm và suy đoán, muốn biết câu chuyện thật đằng sau việc Ma-ri mang thai sớm. Điều đó trông như thế nào đối với Ma-ri? Làm sao một người có thể ngẩng cao đầu bước đi hằng ngày trong khi chắc chắn bị xa lánh và thậm chí nhạo cười? Như chúng ta sẽ thấy hôm nay, câu trả lời là nhờ ân điển và đức tin. Ma-ri tin rằng những gì Chúa đã hứa với bà và toàn thể dân sự của Ngài sẽ xảy ra. Chúng ta hãy đi vào câu chuyện về sự vâng lời kiên định của Ma-ri.

HÃY ĐỌC LU-CA 1:26-38. Đây là phân đoạn bạn có thể đã đọc trước đây, thậm chí nhiều lần, tùy thuộc vào thời gian bạn theo Chúa. Điều gì nổi bật với bạn khi bạn đọc nó ngày hôm nay?

Trong ô trống dưới đây, hãy viết ra những đáp ứng của Ma-ri trước mỗi tuyên bố của thiên sứ.

Lu-ca 1:29	
Lu-ca 1:34	
Lu-ca 1:38	

BÂY GIỜ HÃY ĐỌC LU-CA 1:46-55. Bằng ngôn từ của bạn, hãy tóm tắt bài ca ngợi khen của Ma-ri. Hãy lưu ý diễn tiến mà bà đã trải qua từ phản ứng ban đầu của bà với thiên sứ trong Lu-ca 1:29.

Khi chúng ta gặp Ma-ri lần đầu tiên, bà là một thiếu nữ Do Thái đã đính hôn với một người đàn ông tên là Giô-sép. Nhưng đã có sự thay đổi kế hoạch hoặc ít nhất là một chi tiết được thêm vào câu chuyện của họ. Bà Ma-ri được Đức Chúa Trời chọn làm mẹ của Đức Chúa Jêsus, Con Đức Chúa Trời, là Đấng Cứu Rỗi chúng ta (Lu 1:30-33). Việc thiên sứ của Chúa viếng thăm cả Ma-ri và Giô-sép (Mat 1:18-25) đã bày tỏ kế hoạch tuyệt vời của Đức Chúa Trời. Phản ứng của Ma-ri vô cùng vị tha, mặc dù tôi chỉ có thể tưởng tượng bà cảm thấy thế nào trong lòng. Bà nói đơn giản: "Tôi đây là tớ gái của Chúa. Xin điều ấy xảy đến cho tôi như lời ngài truyền."

HÃY ĐỌC LẠI LU-CA 1:31-33, CÙNG VỚI GIĂNG 1:1-5, 14. Những sự thật nào được bày tỏ về Đức Chúa Jêsus trong những câu này? Hãy liệt kê mọi điều bạn quan sát được.

Ma-ri đang mang thai Ngôi Lời. Đức Chúa Jêsus. Ánh Sáng của thế gian. Khi Đức Thánh Linh ngự xuống trên bà Ma-ri, "quyền năng của Đấng Chí Cao" bao phủ bà (Lu 1:35). Bà đã thụ thai đứa trẻ sẽ được sinh ra là Con Thánh của Đức Chúa Trời.

HÃY ĐỌC HẾT LU-CA 2, phần trình bày chi tiết về sự nhập thể—sự ra đời của Chúa Jêsus, Con Đức Chúa Trời—và các sự kiện quan trọng trong những năm đầu đời của Ngài. Hãy viết ra ba nhận xét của bạn về Ma-ri từ những câu này.

Ma-ri đã sinh ra Đấng Cứu Rỗi của Thế Gian, và khi làm điều đó, bà và Giô Sép đã nuôi nấng Ngài theo cách đẹp lòng Đức Chúa Trời. Họ đem Ngài lên Giê-ru-sa-lem để dâng Ngài trước mặt Chúa, theo phong tục truyền thống của người Do Thái. Si-mê-ôn và An-ne đã đưa ra những lời tiên tri về đứa trẻ tuyệt vời này rằng Ngài thực sự là Đấng Cứu Rỗi. Trong suốt cuộc đời của Ngài, Ma-ri sẽ ở đó quan sát Ngài khi Ngài thi hành sứ mệnh của mình.

Lu-ca 2:40 cho chúng ta biết rằng Chúa Jêsus "lớn lên và mạnh mẽ; đầy dẫy sự khôn ngoan, và ân điển của Đức Chúa Trời ở trên Ngài." Khi còn thơ ấu, Ngài dạy những nhà lãnh đạo tôn giáo tại Lễ Vượt Qua (Lu 2:41-49). Ngài nói với cha mẹ Ngài khi họ đến tìm Ngài rằng, "Sao cha mẹ lại tìm kiếm con? Cha mẹ không biết rằng con phải lo việc Cha con sao?" (c. 49). Ma-ri là một người mẹ sẽ chịu thiệt thời nhưng cuối cùng lại thu được nhiều lợi nhuận. Bà chứng kiến Con Trai mình trải qua gian khổ, thử thách và cuối cùng là cái chết kinh hoàng trên thập giá. Bà đã trải qua khoảnh khắc đen tối nhất, mờ mịt nhất mà một người mẹ có thể phải đối mặt. Bà không thể là người cứu Ngài, bởi vì Ngài là Đấng Cứu Rỗi của bà. Nhưng bà không rời bỏ Ngài. Bà đã trung tín cho đến cuối cuộc đời trần thế của Ngài, và bà đã có một vị trí ở hàng ghế đầu trong thời gian Con của Đức Chúa Trời ở trên thế gian.

HÃY ĐỌC MA-THI-Ơ 27:32-56; MÁC 15:42-47; VÀ GIĂNG 19:25-30.
Khi bạn đọc những sự kiện về sự đóng đinh, hãy hình dung chúng từ góc nhìn của Ma-ri. Hãy ghi lại những quan sát của bạn ở đây.

Giăng 19:26 cho chúng ta biết rằng, "Đức Chúa Jêsus thấy mẹ Ngài và môn đồ Ngài yêu thương đang đứng gần thì nói với mẹ rằng: 'Thưa bà, đó là con của bà!'" Chúa Jêsus cầm cự đủ lâu trước khi chết để nhận biết mẹ Ngài và trao bà cho Giăng chăm sóc. Điều mà Ma-ri không thể thấy trong giây phút đó chính là Chúa Jêsus sẽ sống lại từ cõi chết vào ngày thứ ba. Bà sẽ gặp lại Con Trai của mình, và chúng ta chỉ có thể tưởng tượng niềm vui, tình yêu thương và lòng biết ơn đã tràn ngập lòng bà như thế nào khi bà gặp lại.

Dựa trên những gì bạn đã đọc hôm nay và trong suốt tài liệu *Tận Hiến* này, bạn nghĩ vì sao Chúa lại chọn Ma-ri làm mẹ của Con Đức Chúa Trời?
HÃY ĐỌC MA-THI-Ơ 1:16-17 VÀ LU-CA 1:30 khi bạn suy xét điều này.

Manh mối duy nhất mà chúng ta có được từ bản văn về lý do tại sao Đức Chúa Trời chọn Ma-ri làm mẹ của Con Ngài là bà đã "được ơn trước mặt Đức Chúa Trời" (Lu 1:30). Nhờ gia phả của Chúa Jêsus trong Ma-thi-ơ 1:16-17, chúng ta biết rằng Giô-sép có gia phả thuộc về tổ phụ trên đất của Đấng Mê-si-a (2 Sa 7); ông là hậu duệ của Áp-ra-ham và cũng là hậu duệ của Đa-vít.

Từ phần đầu của Kinh Thánh (Sáng 3:15) và phần đầu của loạt bài học Kinh Thánh này (Ê-va, trang 10), chúng ta đã thấy Đức Chúa Trời mở đường cho Con Ngài đến thế gian để cứu chuộc nhân loại hư vong khỏi tội lỗi và phục hồi thế giới. Với việc Ma-ri sinh ra Chúa Jêsus, chúng ta thấy sự ứng nghiệm của tất cả những lời hứa đó—những lời hứa liên quan đến Sa-ra, A-ga, Rê-bê-ca, Ra-chên, Lê-a, Ta-ma, Mi-ri-am, Ra-háp, Đê-bô-ra, Na-ô-mi, Ru-tơ, An-ne, A-bi-ga-in, Bát Sê-ba, Hun-đa, Ê-xơ-tê và Ê-li-sa-bét.

HÃY ĐỌC LU-CA 1:46-55, IN Ở TRANG SAU. Hãy đọc chậm rãi và suy ngẫm, và đọc lớn tiếng nếu có thể. Khi đọc, hãy đánh dấu mọi điều Ma-ri ca ngợi Đức Chúa Trời. Khoanh tròn tất cả những gì bà nói về bản thân.

Những câu này, được gọi là Bài Ca Ngợi Khen, có nghĩa là "chúc tán," là một lời ngợi khen bà Ma-ri dâng lên Đức Chúa Trời vì sự thành tín của Ngài đối với dân sự Ngài. Ma-ri là gương mẫu đích thực của một người tận hiến và trung tín với tiếng Chúa gọi và bước đi vâng phục cho đến cùng. Ma-ri bước đi trong uy quyền của Đấng đã kêu gọi bà. Bà cũng là gương mẫu cho chúng ta về lòng thành tín và tình yêu thương của Đức Chúa Trời.

Lần cuối cùng Ma-ri được nhắc đến trong Kinh Thánh là một khoảnh khắc tuyệt vời để kết thúc ngày hôm nay. Sau khi Chúa Jêsus phục sinh, Ngài ở lại thế gian với các môn đồ trong bốn mươi ngày cho đến khi Ngài thăng thiên, và Ngài đã sử dụng khoảng thời gian đó để giảng dạy, khuyến khích và truyền năng lực cho các môn đồ để họ tiếp tục chức vụ. Trong Công Vụ Các Sứ Đồ 1:14, chúng ta đọc về khoảng thời gian đó: "Tất cả những người ấy đều đồng tâm hiệp ý với các phụ nữ và Ma-ri là mẹ Đức Chúa Jêsus cùng các em trai Ngài mà cầu nguyện." Hãy tưởng tượng vẻ mặt của Ma-ri khi bà nhìn thấy lời tiên tri được ứng nghiệm và Con của bà trong tất cả vinh quang của Ngài. Tất cả chúng ta hãy biết ơn bà Ma-ri, người đã sinh ra Hài Nhi của lời hứa, vốn đã ấn chứng ơn cứu rỗi của chúng ta, và là người đã cho chúng ta một bức tranh về lòng tận hiến để truyền cảm hứng cho đức tin của chúng ta nơi Ngài.

Tấm gương của Ma-ri là tấm gương trung tín vâng lời Đức Chúa Trời và tin cậy vào những lời hứa và kế hoạch của Ngài. Điều đó trông như thế nào đối với bạn ngày hôm nay? Bạn chịu tác động như thế nào bởi tấm gương của bà Ma-ri trong Kinh Thánh?

Bài Ca Ngợi Khen

46 Ma-ri nói: "Linh hồn tôi tôn ngợi Chúa,

47 Tâm linh tôi mừng rỡ trong Đức Chúa Trời là Cứu Chúa tôi,

48 Vì Ngài đã đoái thương thân phận hèn mọn của tớ gái Ngài.

Nầy, từ nay về sau, mọi thế hệ sẽ khen tôi là người có phước;

49 Bởi Đấng Toàn Năng đã làm các việc lớn cho tôi.

Danh Ngài là thánh,

50 Và Ngài thương xót những người kính sợ Ngài,

Từ thế hệ nầy qua thế hệ kia.

51 Ngài đã dùng tay Ngài làm những việc quyền năng;

Làm tan tác những kẻ có tư tưởng kiêu ngạo trong lòng.

52 Ngài đã truất ngôi những kẻ thống trị,

Và cất nhắc những người khiêm nhường lên.

53 Ngài đã làm cho người đói được đầy thức ngon,

Và đuổi kẻ giàu về tay không.

54 Ngài đã giúp đỡ Y-sơ-ra-ên, đầy tớ Ngài,

Và nhớ lại sự thương xót của Ngài,

55 Như đã phán với tổ phụ chúng ta,

Với Áp-ra-ham và dòng dõi người đến muôn đời."

LU-CA 1:46-55

An-ne

TẤM LÒNG THỜ PHƯỢNG

Soạn giả: Julia B. Higgins

Câu chuyện của An-ne được ghi lại trong Lu-ca 2:36-38. Bà được biết đến nhiều nhất vì là một nữ tiên tri đã gặp Đức Chúa Jêsus Christ trong đền thờ.

Vào cuối những năm 1870, Louisa và William Stead đưa con gái của họ, Lily, đến Long Island Sound, New York, để cùng gia đình đi dã ngoại trên bãi biển. Điều đáng lẽ là một ngày vui vẻ lại trở thành một hành trình thê lương đối với Louisa. Vì bạn thấy đấy, vào một ngày nắng đẹp như thế trên bãi biển, William, chồng của Louisa, đã chứng kiến một cậu bé chết đuối dưới biển. Khi tìm cách giải cứu đứa trẻ, chính William đã bị kéo xuống nước. Louisa và Lily đứng cạnh khi William chết đuối.[7] Từ nỗi đau mất chồng, Louisa đã hiểu biết sâu sắc về tình yêu của Chúa Jêsus và đã viết lời cho bai thánh ca nổi tiếng "Thỏa Thích Thay Tin Cậy Chúa Jêsus."

Jêsus, Jêsus nương cậy Chúa thôi! Mong biết rõ Chúa tôi càng hơn.

Jêsus, Jêsus quý trọng tuyệt vời! Tin quyết Ngài đổ ơn thượng thiên.[8]

Là góa phụ một thời gian, trước khi tái hôn, Louisa đã phục vụ ở Nam Phi, cống hiến hết mình cho Đại Mạng Lệnh (Mat 28:19-20).[9] Hôm nay chúng ta sẽ học về một góa phụ khác cũng có lòng tận hiến như vậy—An-ne. Câu chuyện về bà An-ne được tìm thấy trong Lu-ca 2.

ĐỌC LU-CA 2:25-37 để biết bối cảnh cho câu chuyện của An-ne. Bạn học được gì về An-ne trong các câu 36-37?

Giô-sép và Ma-ri đến đền thờ để tuân theo điều luật pháp đòi hỏi là dâng con trai đầu lòng cho Chúa và chuộc tội cho sự ô uế của người phụ nữ sau khi sinh con (Lu 2:22-24). Sau khi dâng Chúa Jêsus cho Đức Chúa Trời, Lu-ca giới thiệu cho chúng ta một nhân chứng tên là Si-mê-ôn, người đã nói tiên tri về Chúa Jêsus trong các câu 25-35. Sau đó, trong các câu 36-38, chúng ta gặp An-ne, một nhân chứng khác tại đền thờ. Hãy chú ý đến sự tận hiến của An-ne đối với Đức Chúa Trời trong tư cách là một góa phụ, trong sự thờ phượng và qua lời chứng của bà.

Rất nhiều thông tin về An-ne được ghi lại trong câu 36. Bà được mô tả là một nữ tiên tri, và tên của cha và chi phái của bà được nêu ra. Tuy nhiên, không có mô tả nào trong số đó đánh động lòng người như mô tả trong các câu 36-37. Chồng của An-ne qua đời sau bảy năm chung sống ngắn ngủi, và sau đó bà sống phần đời còn lại của mình trên đất như một góa phụ. Sống như một góa phụ trong thế kỷ thứ nhất có nghĩa là một phụ nữ sống trong nghèo khó, nhưng chỉ cần tìm nhanh trên mạng từ *góa phụ* trong Cựu Ước sẽ nhắc nhở chúng ta rằng Đức Chúa Trời chăm sóc các góa phụ. Trong Thi Thiên 68:5, Đa-vít viết, "Đức Chúa Trời ở nơi thánh Ngài, là... Đấng Phân xử cho người góa bụa." Chúa thực sự quan tâm đến người phụ nữ chỉ sống một mình.

Bạn hiện đang gặp hoàn cảnh khó khăn nào, nếu có, ngày hôm nay? Có câu nào nhắc bạn về sự chăm sóc, bảo vệ và chu cấp của Đức Chúa Trời dành cho bạn không? Nếu không có câu nào xuất hiện trong tâm trí, hãy học một câu Kinh Thánh như vậy trong tuần này.

HÃY ĐỌC LẠI LU-CA 2:37. Lu-ca cho chúng ta cái nhìn sâu sắc nào về đời sống thuộc linh của An-ne?

An-ne là một góa phụ không ai ngờ tới, nhưng bà cũng là một người thờ phượng đầy triển vọng. Câu 37 ngụ ý An-ne dành nhiều ngày ở trong phần sân dành cho những người phụ nữ trong đền thờ Do Thái, cầu nguyện và kiêng ăn một cách trung tín.[10] Điều này phản ánh sự khiêm nhường và tìm kiếm ân huệ cũng như sự giải cứu của Đức Chúa Trời, vốn là điều thể hiện sự ăn năn. An-ne chăm chú tìm kiếm Chúa khi Ngài đang vận hành để chuẩn bị dân sự Ngài.

HÃY ĐỌC THI THIÊN 69:10-18; E-XƠ-RA 8:21-23; VÀ GIÔ-ÊN 2:12-14. Mục đích của việc cầu nguyện và kiêng ăn theo cách chúng ta thấy An-ne làm trong phân đoạn này là gì? Bạn có nhận thấy bất kỳ gợi ý nào trong bản văn chỉ ra điều mà An-ne có thể đã cầu nguyện và kiêng ăn không?

Hãy xem xét tất cả những gì đang dâng lên cao trào khi Phúc Âm Lu-ca bắt đầu. Xuyên suốt Cựu Ước, dân Y-sơ-ra-ên đã nhận được nhiều lời hứa từ Chúa: Đấng Mê-si-a sắp đến sẽ nghiền nát đầu con rắn (Sáng 3:15), sự xuất hiện của một Tiên Tri vĩ đại hơn Môi-se (Phục 18:15), một Thầy Tế Lễ Thượng Phẩm đích thực và tốt hơn sẽ đến (1 Sa 2:35), một vị Vua sẽ trị vì đời đời trên ngôi Đa-vít (2 Sa 7:12-13), và một Người Đầy Tớ Chịu Khổ là người sẽ trở thành sinh tế chuộc tội (Ê-sai 53). Vì những lời hứa này, Si-mê-ôn đã ở trong đền thờ, "trông đợi sự an ủi của dân Y-sơ-ra-ên" (Lu 2:25) cùng với những người khác đang "trông đợi sự giải cứu thành Giê-ru-sa-lem" (Lu 2:38).[11]

Bà An-ne phản ứng thế nào trước sự giới thiệu Chúa Jêsus tại đền thờ?

Câu chuyện của An-ne lên đến đỉnh điểm trong lời công bố về Chúa Jêsus Christ. Trước đó, trong câu 36, An-ne được giới thiệu là "nữ tiên tri." Đang ngày đêm ở đền thờ chờ đợi Đấng Mê-si-a sắp đến, bà đã nghe thấy lời cầu nguyện của Si-mê-ôn và những lời ông nói với Giô-sép và Ma-ri về Chúa Jêsus trong các câu 29-34. Phản ứng của bà An-ne là chúc tụng tạ ơn Đức Chúa Trời (c. 38). Vào thời điểm này, An-ne đang nói tiên tri. Hãy nhớ rằng, sự kiện này đã diễn ra trong phần sân của phụ nữ. Đó là vị trí trong đền thờ nơi đàn ông và phụ nữ đều thờ phượng, và nó có chỗ cho khoảng sáu nghìn người.[12] Chúng ta phải tự hỏi có bao nhiêu người đã nghe thấy An-ne khi bà kết nối Chúa Jêsus với niềm khao khát được cứu chuộc bày tỏ trong câu 38. Những lời cầu nguyện và hy vọng của Y-sơ-ra-ên đã được đáp ứng qua hài nhi sinh ra ở Bết-lê-hem, hiện đang được dâng lên tại đền thờ. *(Khi bạn có thêm vài phút, hãy đọc Sáng 3:15; Phục 18:15; 1 Sa 2:35; 2 Sa 7:12-13; và Ê-sai 53 để có cái nhìn thoáng qua về những lời hứa được ứng nghiệm trong Chúa Jêsus.)*

Sau những hoàn cảnh bất ngờ của cuộc đời, An-ne là một người thờ phượng Đức Chúa Trời đầy triển vọng, là người sốt sắng làm chứng về Chúa Jêsus—Đấng sẽ dâng phó mạng sống của Ngài, không chỉ cho dân Y-sơ-ra-ên mà còn cho tất cả mọi người. Nếu bạn nhận ra qua việc đọc về cuộc đời của An-ne rằng bạn chưa được cứu chuộc bằng huyết của Chúa Jêsus, hãy kêu cầu Ngài hôm nay, và đọc thông điệp dành cho bạn ở trang 164. Nếu bạn thuộc về Đấng Christ, hãy nhớ sự quan tâm lớn lao của Ngài dành cho bạn với tư cách là một người phụ nữ và Ngài đã kêu gọi và trang bị cho bạn như thế nào để phục vụ Ngài qua sự thờ phượng và lời chứng của bạn.

ĐỌC GIÔ-ÊN 2:28-29 VÀ CÔNG VỤ CÁC SỨ ĐỒ 2:17-18. Đức Chúa Trời đã trang bị bạn như thế nào để công bố Phúc Âm và gây dựng người khác? Làm thế nào để bạn có thể, giống như An-ne, tận hiến chính mình cho việc thờ phượng và phục vụ Đức Chúa Trời, đặc biệt là thông qua Hội Thánh địa phương?

TUẦN BỐN

Gian-nơ

TẤM LÒNG TÔI TỚ

Soạn giả: Laynie Travis

Câu chuyện của Gian-nơ được ghi lại trong Lu-ca 8:1-3 và Lu-ca 24:1-11. Bà được biết đến nhiều nhất vì là môn đồ của Chúa Jêsus và hỗ trợ cho chức vụ trên trần gian của Ngài.

Trong khi ngồi bên đường biên trận bóng đá của con gái tôi là Sloane và trò chuyện với những người mẹ khác, tôi để ý đến các nhân viên bảo vệ ở hai đầu sân. Tôi hỏi về những người bảo vệ này, và được biết rằng vợ của thống đốc cũng đang ngồi trên khán đài. Con gái của bà đang chơi, và đội ngũ an ninh theo sát gia đình bà mọi lúc mọi nơi. Tôi nhìn lướt qua đám đông và phát hiện bà đang ngồi bên kia sân cổ vũ cho con gái mình. Tôi chưa bao giờ gặp bà, nhưng chỉ cần biết là bà đã kết hôn với ai, tôi cảm thấy rằng tôi biết điều gì đó về cuộc sống của bà. Bà là một người phụ nữ có địa vị cao và là người có mối liên hệ với thế giới chính trị. Tôi ngay lập tức có sự tôn trọng đối với bà và địa vị của bà.

Nguyên tắc này cũng đúng đối với một người phụ nữ khác trong Kinh Thánh được giới thiệu là "Gian-nơ vợ Chu-xa." Gian-nơ là một phụ nữ Do Thái chỉ được nhắc tên trong hai câu Kinh Thánh, nhưng chúng ta khám phá ra nhiều điều về thế giới của bà chỉ bằng cách hiểu chồng bà là ai.

HÃY ĐỌC LU-CA 8:1-3. Bạn học được gì về Gian-nơ và mối liên hệ của bà với Chúa Jêsus từ ba câu Kinh Thánh này?

Lu-ca cho chúng ta biết Gian-nơ là một trong số những phụ nữ đã kinh nghiệm được quyền năng chữa lành của Chúa Jêsus. Chúng ta cũng biết rằng bà là vợ của một người đàn ông tên là Chu-xa. Chu-xa là quản gia của vua Hê-rốt, có nghĩa là ông quản lý và giám sát tài sản và tài chính của Hê-rốt An-ti-pa, con trai của Hê-rốt Đại Đế, người đã cai trị như một tiểu vương vùng lãnh thổ Ga-li-lê từ năm 4 trước Chúa đến năm 39 sau Chúa vào thời Chúa Jêsus.[13] Danh hiệu của Chu-xa là một danh hiệu nổi bật. Người ta nói về vị trí của ông rằng "không thể có quan chức nào đáng tin cậy và quan trọng hơn thế."[14] Với tư cách là vợ của ông, Gian-nơ hẳn sẽ đắm chìm trong thế giới chính trị của Đế Chế La Mã và nổi tiếng với người La Mã và người Do Thái. Giống như vợ của thống đốc ở đây, tiểu bang quê hương tôi, bà sống trong mắt dò xét của công chúng. Ở trong đám đông chắc chắn người ta sẽ chú ý tới bà. Bà là một người phụ nữ gắn liền với quyền lực, sự giàu có và địa vị.

Điều thú vị về câu chuyện của Gian-nơ là người phụ nữ có địa vị xã hội này cũng là một tín đồ trung thành của Chúa Jêsus. Đây là một sự kết hợp bất thường vào thời điểm đó. Do Thái giáo vào thế kỷ thứ nhất có sự phân chia xã hội nghiêm ngặt. Phụ nữ trong thế giới Do Thái, đặc biệt là những người đã kết hôn và điều hành trong giới chính trị La Mã, không được phép đi theo một ra-bi Do Thái.[15]

Trong vài câu Lu-ca viết về Gian-nơ và Chúa Jêsus, chúng ta thấy sự xung đột về văn hóa giữa thế giới La Mã và Do Thái, sự xung đột về tình bạn giữa Gian-nơ (vợ của Chu-xa) và Ma-ri Ma-đơ-len (người bị ruồng bỏ từng bị bảy con quỷ ám), và một cuộc xung đột về địa vị xã hội giữa tầng lớp thượng lưu với những người nghèo khó.

HÃY ĐỌC GA-LA-TI 3:28; CÔ-LÔ-SE 3:11; VÀ RÔ-MA 2:11. Chủ đề đang bàn ở đây là gì? Ngày nay có một số rào cản nào ngăn cách giữa những nhóm người?

Nhiều lần trong các sách Phúc Âm, Chúa Jêsus đã vượt qua những rào cản xã hội và chào đón mọi người vào sự hiện diện của Ngài. Gian-nơ cũng không ngoại lệ. Chúa Jêsus kêu gọi mọi người đến với Ngài, bất luận xuất thân, địa vị xã hội, nghề nghiệp, sức khỏe, quan điểm chính trị, hoàn cảnh trong quá khứ hay hiện tại. Chúa Jêsus liên tục mời mọi người từ mọi đám đông và phạm vi ảnh hưởng bước vào mối quan hệ với Ngài. Ngài đã có ý thu phục Gian-nơ. Ngài chủ tâm thu phục bạn. Vì vậy, Gian-nơ đã biết Chúa Jêsus bằng cách nào?

HÃY ĐỌC MÁC 6:7-20. Phân đoạn này có dấu hiệu nào cho thấy Gian-nơ có thể đã biết Chúa Jêsus như thế nào?

Gian-nơ sống chìm đắm trong cung điện của Hê-rốt và chắc chắn đã nghe nói về Chúa Jêsus. "Nơi cư trú chính của Hê-rốt là ở Ga-li-lê, không xa Na-xa-rét, nơi Chúa Jêsus lớn lên."[16] Danh Chúa Jêsus nổi tiếng khắp vùng này. Mác cho chúng ta biết rằng Giăng Báp-tít thường rao giảng về Chúa Jêsus trong triều đình của vua Hê-rốt, mặc dù lời rao giảng của ông làm vua "bối rối," nhưng Hê-rốt vẫn thích nghe ông. Chu-xa hẳn đã thông thạo mọi hoạt động diễn ra trong triều đình của nhà vua, và chúng ta có thể giả định rằng Gian-nơ đã nghe Giăng Báp-tít rao giảng về Chúa Jêsus một cách trực tiếp hoặc gián tiếp.

Trước khi gặp Chúa Jêsus, chúng ta biết rằng Gian-nơ đang phải chịu đựng một cơn bệnh. Tôi có thể hình dung bà, trong lúc tuyệt vọng, đã đi tìm Chúa Jêsus—Đấng Chữa Lành và Thánh Nhân mà bà đã nghe nói đến rất nhiều.

HÃY XEM LẠI LU-CA 8:3. Sau khi được Chúa Jêsus chữa lành, Gian-nơ đã làm gì?

Khi Gian-nơ gặp Đấng Christ, Ngài không chỉ chữa lành cho bà; Ngài đã biến đổi bà về phương diện thuộc linh. Sau đó, bà dành cả cuộc đời mình để phục vụ Chúa Jêsus và hỗ trợ Ngài bằng mọi phương tiện của bà. Trong xã hội gia trưởng này, phụ nữ phụ thuộc vào đàn ông để được chu cấp. Tuy nhiên, Chúa Jêsus khiêm nhường trông cậy vào bà và những người phụ nữ khác (và có lẽ cả đàn ông) để tiếp tục thánh chức của Ngài.[17] Đây là cách mà Gian-nơ có thể phục vụ Đấng Christ, và Ngài đã tôn trọng sự phục vụ của bà.

BÂY GIỜ HÃY ĐỌC LU-CA 23:44-55 VÀ LU-CA 24:1-11. Gian-nơ đã bày tỏ lòng tận hiến vô điều kiện với Đức Chúa Jêsus bằng những cách nào?

Gian-nơ là một trong số những người phụ nữ đã đến ngôi mộ của Chúa Jêsus để tẩm liệm thân xác đã bị đóng đinh của Ngài. Bà không biết câu chuyện sẽ kết thúc như thế nào, nhưng bà đã chọn trung tín phục vụ bất chấp sự bối rối và đau buồn của mình. Gian-nơ cũng là một trong số những người phụ nữ đầu tiên biết tin Chúa sống lại. Rồi bà chia sẻ tin Chúa phục sinh cho các môn đồ. Chúa Jêsus đã trao cho bà một sứ mệnh mới và tưởng thưởng cho lòng tận hiến của bà.

Tấm gương Gian-nơ tận hiến cho Chúa Jêsus thúc đẩy đức tin của bạn như thế nào? Bạn có thể phục vụ Chúa Jêsus bằng một số cách nào trong việc sử dụng những nguồn lực mà Chúa đã ban cho bạn?

Gian-nơ đã bị thu hút bởi Đấng Christ. Ngài kêu gọi bà. Chúa Jêsus cũng đang kêu gọi bạn—ngay nơi bạn đang ở. Chúa Jêsus biết tên của bạn, Ngài biết câu chuyện của bạn và Ngài biết thế giới bạn đang sống. Ngài muốn bạn đến với Ngài như con người thật của bạn. Chúa Jêsus muốn bày tỏ quyền năng của Ngài cho bạn và chỉ cho bạn cách trở thành người có ảnh hưởng cho vương quốc của Ngài. Hôm nay, bất luận hoàn cảnh sống của bạn như thế nào, hãy yên nghỉ trong những lẽ thật này: Chúa Jêsus đang theo đuổi bạn. Ngài đã tạo ra bạn để thực hiện sự kêu gọi độc nhất của bạn. Bạn có cơ hội phục vụ Chúa Jêsus bằng tài nguyên của mình và bày tỏ quyền năng của Ngài trong phạm vi ảnh hưởng của bạn.

Người Đàn Bà
Bị Rong Huyết

TẤM LÒNG TUYỆT VỌNG

Soạn giả: Kristin L. Kellen

Câu chuyện về người đàn bà bị rong huyết được ghi lại trong Mác 5:25-34. Bà được biết đến nhiều nhất khi bà bởi đức tin chạm vào trôn áo của Chúa Jêsus để Ngài có thể chữa lành cho. Bà không bao giờ được nêu tên, nhưng bà cũng được nhắc đến trong Ma-thi-ơ 9:20-22 và Lu-ca 8:43-48.

Tất cả chúng ta đều đã trải qua những giai đoạn đau khổ trong đời mình, và như chúng ta đã thấy trong loạt bài học này, đau khổ đã chạm đến cuộc đời của tất cả những người phụ nữ mà chúng ta đã học trong Kinh Thánh cho đến nay. Đó là một khía cạnh không thể tránh khỏi của cuộc sống phía bên này của thiên đàng. Hôm nay chúng ta chuyển sang ký thuật về người đàn bà bị rong huyết trong Mác 5, người đã chịu đau đớn tột cùng trong hơn một thập niên.

Câu chuyện này là một bức tranh tuyệt đẹp về sự phục hồi và chữa lành ngay lập tức, nhưng nó cũng hướng chúng ta đến sự chữa lành mà một ngày nào đó chúng ta sẽ kinh nghiệm qua Đấng Christ. Khi chúng ta nghiên cứu câu chuyện của người phụ nữ này và việc nó được ghi chép trong Lời Đức Chúa Trời, chúng ta được nhắc nhở rằng đức tin của chúng ta rất quan trọng; nó có thể hoàn thành những điều kỳ diệu.

HÃY ĐỌC MÁC 5:25-34. Hãy viết ra một từ mà bạn nghĩ đến khi đọc câu chuyện của người phụ nữ này.

Trước khi gặp Chúa Jêsus, người phụ nữ này đã làm gì để giảm bớt đau khổ của mình? Điều đó có tác động gì đến chất lượng cuộc sống của bà?

Trong phân đoạn này, chúng ta được giới thiệu về một người phụ nữ đã trải qua nhiều đau khổ; bà đã bị chảy máu trong mười hai năm, nhưng từ những chi tiết trong bản văn, chúng ta vẫn không rõ nguyên nhân khiến bà chảy máu. Những gì chúng ta có thể giả định là việc bà bị chảy máu không chỉ gây đau đớn về thể xác, mà vì theo luật pháp Cựu Ước, điều đó cũng ngăn cản bà vào đền thờ để thờ phượng. Đó là rào cản khiến bà không thể hoàn toàn dự phần vào xã hội Do Thái (Lê 15:25-31).

Như chúng ta thấy ở cuối câu 26, người đàn bà bị rong huyết đã làm gần như tất cả những gì bà ấy biết để giảm bớt tình trạng của mình. Bà đã dành tất cả những nguồn lực của mình, đến gặp các bác sĩ và chịu đựng những thủ tục đau đớn để tìm kiếm phương pháp chữa trị. Nhưng, như Kinh Thánh cho chúng ta biết, điều đó chẳng giúp được gì. Trên thực tế, chúng khiến bà bệnh nặng hơn. Như chúng ta có thể hình dung, rất có thể người phụ nữ này đã cùng đường; bà đã thử mọi cách, tất cả mọi thứ, ngoại trừ điều cuối cùng sẽ chữa lành cho bà.

HÃY ĐỌC LẠI MÁC 5:27-29.
Theo bạn, điều gì đã thúc đẩy người phụ nữ này tìm kiếm Chúa Jêsus?

Trong vài câu Kinh Thánh này, chúng ta thấy một điều kỳ diệu xảy ra. Người phụ nữ chen qua đám đông để đến với Chúa Jêsus và chỉ chạm vào trôn áo của Ngài. Không nghi ngờ gì nữa, người phụ nữ này đã nghe về những phép lạ mà Chúa Jêsus đã làm cho đến thời điểm này. Giữa bốn sách Phúc Âm Tân Ước—Ma-thi-ơ, Mác, Lu-ca và Giăng—chúng ta thấy rằng Chúa Jêsus đã chữa lành nhiều người, đuổi quỷ và giảng dạy rộng rãi cho dân chúng. Ngài đã thu hút được khá nhiều người đi theo, đó là lý do tại sao có một đám đông vây quanh Ngài. Trong số rất nhiều điều mà người phụ nữ này cảm nhận, sự tuyệt vọng rõ ràng là một trong số đó, và nó đã đẩy bà đến dưới chân Đấng Chữa Lành. Đôi khi chúng ta thấy mình ở một vị trí tương tự; chúng ta không biết phải đi về đâu, nhưng chúng ta, giống như người phụ nữ bị rong huyết này, biết rằng Chúa Jêsus xứng đáng để mình tin cậy vào. Hãy xem Chúa Jêsus đáp lại bà như thế nào.

ĐỌC MÁC 5:30-34. Điều gì nổi bật đối với bạn về đáp ứng của Chúa Jêsus? Bạn nghĩ vì sao Chúa Jêsus đặt câu hỏi "Ai đã chạm vào áo Ta?" nếu Ngài đã biết câu trả lời (c. 30)?

Trong phần tiếp theo này, chúng ta thấy đáp ứng tức thì của Chúa Jêsus khi Ngài cảm thấy quyền năng chữa lành rời khỏi thân thể Ngài. Vì Chúa Jêsus là Đức Chúa Trời nhập thể làm người, toàn tri và toàn năng, nên Ngài biết ai đã chạm vào Ngài và tại sao. Nếu là người trong đám đông, có lẽ chúng ta cũng đã trả lời giống như họ, khẳng định điều có lẽ là hiển nhiên nhất; nhưng tầm nhìn của họ bị hạn chế. Họ không thấy điều gì đã xảy ra; họ không cảm thấy sự chữa lành ngay lập tức mà người phụ nữ rong huyết đã cảm thấy. May mắn vừa chạm được vào trôn áo của Chúa Jêsus một lúc trước, giờ đây người phụ nữ bị phát hiện, và bà đã phủ phục dưới chân Đấng Tạo Hóa và Đấng Chữa Lành của mình cách "run sợ" (c. 33).

Hãy viết xuống một từ mà bạn nghĩ đến khi đọc câu trả lời của Chúa Jêsus cho người đàn bà trong câu 34.

HÃY ĐỌC Ê-PHÊ-SÔ 1:3-6. Hãy áp dụng những lời của Phao-lô vào đời sống của chính bạn nếu bạn là môn đồ của Đấng Christ. Điều này có ý nghĩa gì với bạn? Tại sao điều quan trọng là Đức Chúa Trời cũng gọi bạn là con gái của Ngài?

Trong câu 34, chúng ta đọc thấy Chúa Jêsus gọi người đàn bà là "con gái Ta." Chúa Jêsus, Con Đức Chúa Trời, nhờ Ngài mà muôn vật được tạo dựng và muôn vật hiện hữu (Côl 1; Hê 1), đã bao gồm người đàn bà này vào gia đình của Ngài, người vì bệnh tật đã khiến bà không thể thờ phượng trong đền thờ. Ngài cũng bày tỏ sự quan tâm và thương xót sâu sắc đối với bà, vì từ *con gái* là một từ đầy tình cảm. Nhưng cũng quan trọng không kém, Chúa Jêsus đang truyền đạt sự hiệp nhất với Đức Chúa Cha. Ngài và Cha là một; đây là lý do vì sao Ngài có thể gọi bà là "con gái." Trong thời điểm này, bà có thể hoặc không thể hiểu được ý nghĩa của từ đó, nhưng khi nhìn lại, chúng ta thì có thể. Giống như những chỗ khác trong Phúc Âm, chính từ này đã bày tỏ thần tính của Chúa Jêsus, chứ không chỉ khả năng chữa lành của Ngài.

Câu trả lời của Chúa Jêsus chỉ ra rằng chính đức tin của người đàn bà rong huyết nơi Ngài đã khiến bà được lành. Ngài kết thúc cuộc gặp gỡ ngắn ngủi này và nói với bà rằng, "hãy đi bình an và được lành bệnh." Chúa Jêsus đã đáp ứng cả nhu cầu thuộc thể lẫn thuộc linh của bà, một dấu ấn rõ ràng về chức vụ trên đất của Ngài. Ngài chữa lành thân thể bà và tiễn bà đi trong sự bình an thuộc linh. Bà đã được hòa giải với Ngài với tư cách là con gái của Ngài và nhờ đức tin của bà, thể xác và linh hồn bà đã được phục hồi.

> Khi bạn nghĩ về sự đau khổ trong cuộc sống của mình, Chúa Jêsus đã chữa lành cho bạn như thế nào—về mặt thuộc linh, cũng như về thể chất nếu có? Đây là lời chứng của bạn, câu chuyện về công việc của Chúa Jêsus trong cuộc đời bạn mà bạn có thể kể với người khác về Ngài!

Khi suy ngẫm về câu chuyện này, chúng ta thấy một người phụ nữ có đức tin mạnh mẽ đã đến gặp Chúa Jêsus để tìm kiếm sự chữa lành. Cơ thể của bà đã tan vỡ, nhưng bà cũng bị chia cách khỏi Đức Chúa Trời của mình. Đến cuối bản văn này, bà đã được phục hồi hoàn toàn. Tương tự như vậy, chúng ta có thể tìm kiếm sự chữa lành từ Vị Bác Sĩ Đại Tài của mình. Giống như người đàn bà bị rong huyết, chúng ta có thể tiến tới trong đức tin và tin cậy rằng Chúa Jêsus sẽ đáp ứng mọi nhu cầu của mình. Chúng ta có thể không được chữa lành ngay lập tức, một cách kỳ diệu như người đàn bà bị rong huyết này, và chúng ta không được bảo đảm là sẽ được chữa lành về thể xác khi còn trong thân xác tan vỡ này, nhưng chúng ta có thể được cứu và ra đi bình an (c. 34). Chúng ta cũng có thể yên tâm khi biết rằng cuối cùng thì sự khôi phục hoàn toàn sẽ xảy ra (Khải 21:4).

Nếu có một lĩnh vực nào trong cuộc sống của bạn đang cần đến sự chữa lành thể chất, cảm xúc, mối quan hệ hoặc thuộc linh ngày hôm nay, hãy dành thời gian ngay bây giờ dưới bệ chân của Chúa Jêsus để cầu nguyện. Hãy nhớ rằng Ngài gọi bạn là con gái.

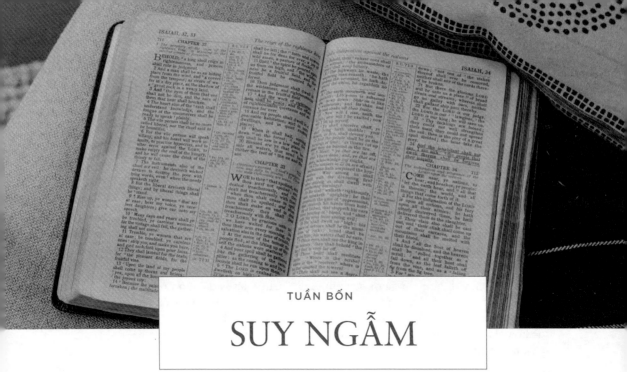

SUY NGẪM

Ê-li-sa-bét, Ma-ri Mẹ của Chúa Jêsus,
An-ne, Gian-nơ, Người Đàn Bà Bị Rong Huyết

Hãy dành vài phút để suy ngẫm về những lẽ thật bạn khám phá được khi học Lời Đức Chúa Trời tuần này. Hãy viết bất kỳ suy nghĩ cuối cùng nào dưới đây, hoặc dùng khoảng trống để ghi chú trong cuộc thảo luận với nhóm học Kinh Thánh của bạn. Bạn có thể dùng ba câu hỏi ở trang sau để tự suy ngẫm hoặc thảo luận nhóm.

Bạn có thể tải tài liệu hướng dẫn bài học *Tận Hiến* tại lifeway.com/devoted

Khi suy ngẫm về những phân đoạn Kinh Thánh bạn đọc tuần này,
điều gì nổi bật đối với bạn về bản tính của Đức Chúa Trời?

Bạn đã được thách thức và khích lệ như thế nào trong mối tương giao của bạn với
Chúa Jêsus qua phần Kinh Thánh mà bạn đã nghiên cứu?

Hãy viết ra một cách bạn có thể sử dụng những gì bạn
đã học được trong tuần này để khích lệ người khác.

Tuần Năm

MA-RI LÀNG BÊ-THA-NI • MA-THÊ
NGƯỜI ĐÀN BÀ SA-MA-RI • MA-RI MA-ĐƠ-LEN • ĐÔ-CA

Ma-ri Làng Bê-tha-ni

DƯỚI CHÂN CHÚA JÊSUS

Soạn giả: Erin Franklin

Câu chuyện của Ma-ri được ghi lại trong Lu-ca 10:38-42; Giăng 11:17-45; và Giăng 12:1-8. Bà được biết đến nhiều nhất vì là em gái của Ma-thê và La-xa-rơ và vì đã ngồi học dưới chân Chúa Jêsus. Ma-ri cũng được nhắc đến trong Ma-thi-ơ 26:6-13 và Mác 14:3-9.

Tôi có một người bạn ở Tennessee, cô đã mở ứng dụng của Hội Thánh mình vào một buổi sáng Chúa Nhật để kiểm tra lại lịch trình và thấy vị trí của nhà thờ được liệt kê ở cuối màn hình: Colorado! Hội Thánh Colorado có cùng tên, logo và thương hiệu gần như giống hệt với Hội Thánh của cô ở Tennessee, và cô đã tải xuống ứng dụng của Hội Thánh Colorado vì ứng dụng này xuất hiện đầu tiên trong kết quả tìm kiếm trên cửa hàng ứng dụng. Chuyện không chỉ có thế. Toàn bộ lý do cô tải ứng dụng này là để cô có thể sắp xếp việc dâng phần mười định kỳ của mình. Bạn tôi, người sống và đi nhà thờ ở Tennessee, nhận ra rằng mình đã dâng một phần mười sai nhà thờ trong sáu tháng! Mặc dù cảm thấy hơi ngỡ ngẩn, nhưng cô chọn tin rằng Chúa đã sử dụng sự dâng hiến của mình ở Colorado cũng như Ngài sẽ sử dụng ở Tennessee.

Hôm nay, trong phần bài học này, chúng ta sẽ đọc về một món quà khác mà ban đầu được xem là ngỡ ngẩn—từ quan điểm của con người. Nhưng trước hết, hãy làm quen với người tặng quà, Ma-ri. Là một trong ba bà Ma-ri nổi tiếng trong Tân Ước, người này được xác định là em gái của Ma-thê, đồng thời cũng là Ma-ri làng Bê-tha-ni. Đôi khi bà bị nhầm với Ma-ri Ma-đơ-len, người mà bạn sẽ học vào tuần tới, nhưng truyền thống Hội Thánh xác định họ là hai người phụ nữ khác nhau. Chúng ta sẽ học về Ma-ri làng Bê-tha-ni trong Lu-ca 10.

HÃY ĐỌC LU-CA 10:38-42. Hãy viết ra tất cả những gì bạn học được về Ma-ri trong cảnh này.

Chúa Jêsus đã chọn ai? Bạn nghĩ vì sao Ngài làm điều này khi Kinh Thánh cũng dạy về lòng hiếu khách và sự phục vụ người khác?

Dù Kinh Thánh không ghi rõ ràng thứ tự sinh của Ma-ri và Ma-thê, nhưng một số nhà bình luận cho rằng Ma-thê là chị gái vì bà phục vụ như người chủ nhà.[1] Ma-thê tỏ ra thất vọng vì rõ ràng Ma-ri thiếu nỗ lực trong việc bận rộn giúp đỡ. Bà "lo lắng và bối rối về nhiều việc" (c. 41), nhưng Chúa Jêsus lại khen ngợi thái độ khiêm nhường, tập trung của Ma-ri đối với Ngài.

Thật thú vị khi Kinh Thánh cho chúng ta biết Ma-ri ngồi dưới chân Chúa (c. 39) vì các ra-bi Do Thái thường ngồi trên những cây cột hoặc ghế thấp khi họ giảng dạy, còn các môn đồ của họ ngồi trên mặt đất hoặc trên thảm khi họ lắng nghe thầy mình. Như Ann Spangler và Lois Tverberg đã lưu ý trong cuốn sách của họ, *Sitting at the Feet of Rabbi Jesus (Ngồi Dưới Chân Ra-bi Jêsus)*, "Đó là cách mà cụm từ 'ngồi dưới chân Ngài' đã trở thành một thành ngữ chỉ sự học hỏi từ một Ra-bi Do Thái."[2] Đây không phải là một vị trí phổ biến của một người phụ nữ trong thời Chúa Jêsus, nhưng Lu-ca bảo đảm rằng chúng ta nhìn thấy Ma-ri đúng với con người của bà—một môn đồ hết lòng học hỏi từ Thầy mình.

Hai chị em thường kèn cựa với nhau về những lựa chọn khác nhau của họ trước sự hiện diện của Chúa Jêsus. Dù Ma-ri đã đưa ra lựa chọn "đúng" ở đây, nhưng Chúa Jêsus không lên án lòng quảng đại và sự phục vụ của Ma-thê; đúng hơn, Ngài đã sửa đổi thái độ của bà, tìm cách tái định hướng sự chú ý của bà. Ngài muốn bà hiểu rằng tấm lòng thực sự tận hiến cho Ngài bắt nguồn từ mối tương giao cá nhân với Ngài. Ma-ri đã lựa chọn đúng vì bà nhận ra đặc ân được ở trước mặt Chúa Jêsus và đã không để mình bị phân tâm bởi bất cứ điều gì khác.

Ngày nay, bạn cảm thấy thế nào khi "chọn phần tốt" (c. 42) bằng cách đặt mình dưới chân Chúa Jêsus?

BÂY GIỜ HÃY ĐỌC HẾT GIĂNG 11, lần tiếp theo mà chúng ta nghe về Ma-ri. Ai đã sai người đi tìm Chúa Jêsus? Vì sao Chúa Jêsus trì hoãn việc đi đến với gia đình bà?

Khi Chúa Jêsus đến, phản ứng của Ma-thê và Ma-ri trước sự hiện diện của Ngài khác nhau như thế nào, đồng thời giống nhau như thế nào?

Điểm Khác Biệt	Điểm Tương Đồng

Lúc Ma-ri nghe Chúa Jêsus gọi mình sau khi anh trai là La-xa-rơ qua đời, bà "vội vàng" (c. 29) đến với Ngài. Ngay khi bước vào sự hiện diện của Ngài, Ma-ri lại phủ phục dưới chân Chúa Jêsus, lần này bà sụp người xuống với một tiếng kêu thảm thiết. Một nhà giải kinh nhận xét rằng, "những ai, trong một ngày yên ổn, đặt mình dưới chân Đấng Christ để được Ngài dạy dỗ, được an ủi, thì trong ngày gian truân, cũng sắp mình dưới chân Ngài, để được Ngài ban ơn."[3] Ma-ri nhận biết Đấng Christ vừa là Chúa vừa là bạn của bà (c. 27).

Giăng 11 vẽ nên một bức tranh tuyệt đẹp về thần tính và nhân tính của Chúa Jêsus. Phép lạ làm cho La-xa-rơ sống lại từ cõi chết hoàn toàn không thể tin được đến nỗi không còn nghi ngờ gì nữa, Ngài thật là Chúa. Nhưng ngay trước đó, những cảm xúc yêu thương và đau buồn sâu sắc khiến Ngài khóc đã quá quen thuộc với chúng ta—là những con người sống trong một thế giới tan vỡ—đến nỗi không còn nghi ngờ gì nữa về nhân tính của Ngài. Khi Ma-ri đau buồn, Ngài chia sẻ nỗi đau của bà.

BÂY GIỜ HÃY ĐỌC GIĂNG 12:1-8. Trong bối cảnh này, Ma-ri đang ở đâu?

Thật không thể tin được là trong cả ba lời tường thuật, người ta thấy Ma-ri ở dưới chân Chúa Jêsus! Đầu tiên, bà ngồi dưới chân Ngài để học hỏi. Sau đó, bà sụp xuống dưới chân Ngài để than khóc về cái chết của anh trai mình. Giờ đây, bà khiêm nhường lấy tóc mình rửa chân cho Ngài, xức dầu cho Ngài bằng một món quà đắt giá. Ma-ri tôn thờ Thầy của mình—bày tỏ lòng biết ơn và tình yêu dành cho Ngài bằng một món quà lớn đến mức có giá trị bằng một năm tiền lương.

Tại sao Giu-đa nói món quà của Ma-ri là dại dột? Phản ứng của Chúa Jêsus đối với Giu-đa nói gì về những ưu tiên của chúng ta?

Giu-đa phẫn nộ đặt câu hỏi về hành động tận hiến của Ma-ri. Chúa Jêsus liền quở trách Giu-đa, bảo vệ Ma-ri và nói rõ hành động của bà là chính đáng vì đây là lễ xức dầu an táng cho Ngài. Giăng 12 bắt đầu tuần lễ quan trọng nhất trong toàn bộ Kinh Thánh—đỉnh điểm là việc hoàn thành sứ mệnh của Đức Chúa Trời là mang lại sự cứu rỗi qua sự chết và sự phục sinh của Đấng Christ—vì vậy, thật phù hợp khi mở đầu tuần lễ này với việc Ma-ri khiêm nhường xức dầu cho Chúa Jêsus làm Vua của bà.

Bạn học được gì từ tấm gương của Ma-ri về cách trở thành một phụ nữ tận hiến cho Chúa Jêsus và sứ mệnh của Đức Chúa Trời? Hãy tóm tắt suy nghĩ của bạn trong một vài từ.

Ma-ri là hình mẫu về tư thế mà Cơ Đốc nhân phải luôn giữ—đầu phục dưới chân Chúa Jêsus. Ngài mời mọi người đến trước sự hiện diện của Ngài để lắng nghe, than thở và bày tỏ tình yêu của chúng ta dưới chân Thầy mình.

TUẦN NĂM

Ma-thê

ĐỨC TIN VÀ HÀNH ĐỘNG

Soạn giả: Terri Stovall

Câu chuyện của Ma-thê được ghi lại trong Lu-ca 10:38-42 và Giăng 11:1-44. Bà được biết đến nhiều nhất vì đã bày tỏ lòng hiếu khách với Chúa Jêsus và các môn đồ của Ngài, và vì tin rằng Chúa Jêsus là Đấng Mê-si-a. Ma-thê cũng được nhắc đến trong Giăng 12:2.

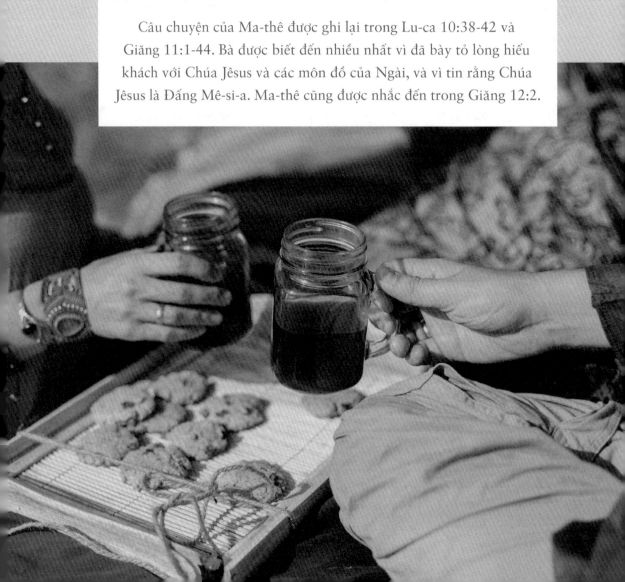

Tôi là người giống Ma-thê. Đó, tôi đã nói rồi đó. Nhiều người trong chúng ta mong muốn trở thành Ma-ri mà chúng ta đã học trong bài học hôm trước, người môn đồ biết cân bằng giữa việc phục vụ và thờ phượng. Nhưng thường thì chúng ta thấy mình trải qua nhiều ngày tháng với tư cách là Ma-thê. Ngầm định là chị cả của Ma-ri, Ma-thê thường được mô tả như một tấm gương nên tránh. Tuy nhiên, nếu bạn nhìn sơ qua cuộc đời của bà trong Kinh Thánh, bạn sẽ bắt đầu thấy một con người khác xuất hiện. Ma-thê được nhắc đến trong ba câu chuyện cụ thể trong Tân Ước (cùng những câu chuyện với em gái của bà), chúng cho chúng ta một bức tranh tuyệt vời về lòng tận hiến của bà đối với Đức Chúa Jêsus. Ma-thê là một đầy tớ chân chính và là một phụ nữ có đức tin vững vàng.

HÃY ĐỌC LU-CA 10:38-42. Hãy viết ra tất cả những gì bạn học được về Ma-thê trong bối cảnh này. Cụ thể, phân đoạn này mô tả tâm trạng của bà ở hai câu 40 và 41 như thế nào?

Cái nhìn đầu tiên của chúng ta về Ma-thê là bà chủ nhà. Hầu hết các học giả Kinh Thánh tin rằng vì Ma-thê có thể là chị cả của Ma-ri và La-xa-rơ nên họ sống với bà, và ngôi nhà họ ở được xem là nhà của bà. Chúng ta không biết liệu bà góa chồng hay tại sao ba chị em lại sống với nhau, nhưng khi đọc về Ma-thê, rõ ràng bà là người chăm sóc và gánh vác gia đình.

Từ *mải bận rộn* (c. 40) đến từ một từ Hy Lạp có nghĩa là bị quá tải hoặc bị lôi cuốn bởi nhiều thứ khác nhau đến mức trở nên lo lắng và bồn chồn. Vấn đề ở đây không phải là Ma-thê bận rộn làm tất cả các công việc chiêu đãi cần phải làm, mà là bà đã để cho chúng khiến bà rời mắt khỏi Chúa Jêsus và tập trung vào chính mình. Tôi biết tôi đã từng như vậy, và tôi chắc rằng bạn cũng có thể đồng cảm, vì cũng đã từng trải những khoảnh khắc tương tự từ chính cuộc sống của bạn, và chúng ta thật nhanh hướng tầm nhìn về bản thân mình biết bao.

Điều gì thường làm bạn phân tâm hoặc kéo sự tập trung của bạn ra khỏi Đấng Christ? Hãy liệt kê những điều đến trong tâm trí của bạn.

ĐỌC LẠI CÂU 40. Ma-thê hỏi Chúa Jêsus, "Chúa không để ý đến sao?" Dù Kinh Thánh không cung cấp cho chúng ta tất cả các chi tiết, nhưng tôi có thể tưởng tượng căn phòng trở nên yên lặng ngay lập tức và mọi con mắt đều đổ dồn về phía Ma-thê, ngạc nhiên trước sự bùng nổ của bà. Nhưng Chúa Jêsus đã quở trách nhẹ nhàng, dịu dàng theo cách đầy yêu thương của Ngài. Gọi tên bà hai lần, Chúa Jêsus hướng sự chú ý của bà vào Ngài và nhắc nhở bà về điều quan trọng nhất. Ma-thê là một đầy tớ và một người làm việc nhưng cần được nhắc nhở về đối tượng và lý do bà phục vụ.

BÂY GIỜ HÃY ĐỌC GIĂNG 11:1-44, chúng ta gặp Ma-thê một lần nữa. Khi đọc, hãy ghi lại những gì Ma-thê đã làm và nói.

Mối quan hệ giữa Chúa Jêsus và gia đình này là một mối quan hệ mật thiết, gần gũi. Nhờ Kinh Thánh, chúng ta có thể kết luận rằng họ là những người bạn thân nhất của Ngài. Ma-thê, Ma-ri và La-xa-rơ yêu Chúa Jêsus, và "Đức Chúa Jêsus yêu thương Ma-thê, em gái cô ấy, và La-xa-rơ" (c. 5). Khi La-xa-rơ ngã bệnh, các chị của ông đã báo tin cho Chúa Jêsus. Mốc thời gian và khoảng cách đi đường cho thấy La-xa-rơ chết không lâu sau khi người đưa tin rời đi để báo cho Chúa Jêsus hay. Ma-thê đã đau buồn vì mất em mình nhiều ngày trước khi Chúa Jêsus cuối cùng mới đến Bê-tha-ni, nhưng bà vẫn lao ra đón Ngài.

HÃY ĐỌC LẠI CÁC CÂU 21 VÀ 22. Những câu này nói lên điều gì về mối quan hệ của Ma-thê với Chúa Jêsus? Về điều bà tin nơi quyền năng của Ngài?

Lời chào của Ma-thê ở đây không phải với giọng thất vọng như chúng ta đọc trong Lu-ca 10, nhưng xuất phát từ tấm lòng đau buồn và đức tin. Bà đã có đủ thời gian với Chúa Jêsus để thấy Ngài chữa lành cho nhiều người, vì vậy bà biết rằng nếu Ngài có mặt trước khi La-xa-rơ chết, thì Ngài cũng có thể làm điều tương tự cho em trai bà. Khi Chúa Jêsus và Ma-thê tiếp tục trò chuyện, chúng ta tìm thấy hai lời tuyên bố quan trọng. Một đến từ Chúa Jêsus và một từ Ma-thê.

Trong câu 25, Chúa Jêsus mô tả chính Ngài như thế nào?

Lời tuyên bố của Chúa Jêsus, "Ta là sự sống lại và sự sống," là một trong bảy lời tuyên bố "Ta là" được tìm thấy trong Phúc Âm Giăng. (Những câu khác gồm có Giăng 6:35; Giăng 8:12; Giăng 10:7; Giăng 10:11; Giăng 14:6; và Giăng 15:1). Mỗi tuyên ngôn—một lời tự công bố về thần tính của Đức Chúa Jêsus—đều đòi hỏi đáp ứng từ người nghe.

Trong câu 27, Ma-thê công bố điều gì để đáp lời?

Lời tuyên bố của Ma-thê không phải là lời nói nửa vời. Cấu trúc ngữ pháp ở đây đã mang lại cho lời tuyên bố của bà một sự nhấn mạnh, nhiệt thành tuyên bố niềm tin của bà vào Chúa Jêsus là Đấng Mê-si-a, một niềm tin chắc chắn không thể lay chuyển. Ma-thê đã nuôi hy vọng rằng một ngày nào đó bà sẽ gặp lại La-xa-rơ; bà đau buồn nhưng có hy vọng. Khi bà rời đi để đón Ma-ri, bà vẫn còn hy vọng, vẫn tin vào Chúa Jêsus, niềm tin của bà vẫn còn nguyên vẹn, và cũng nghĩ rằng em trai bà đã chết. Bà không biết rằng ngày đó cũng sẽ là ngày La-xa-rơ sống lại.

ĐỌC GIĂNG 12:1-3. Câu 2 nói gì về Ma-thê?

Bối cảnh ở đây giống như trong Lu-ca 10 mà chúng ta đã xem xét. Một lần nữa chúng ta thấy Ma-ri ở dưới chân Chúa Jêsus và Ma-thê phục vụ mọi người. Cả hai đều thờ phượng Chúa Jêsus theo cách riêng của họ, lần này dường như không ai phàn nàn gì. Ma-thê không bị phân tâm bởi nhiều thứ, nhưng bà đang làm nhiều việc tập trung vào một người—Đấng Mê-si-a của bà.

Ma-thê là một đầy tớ được quý trọng và là một phụ nữ có đức tin vững vàng. Chúng ta cần những người phụ nữ như bà trong các gia đình, Hội Thánh và cộng đồng của mình. Thông qua mục vụ phục vụ và hiếu khách, một người phụ nữ như Ma-thê có thể là bàn tay và đôi chân của Chúa Jêsus cho một thế giới đang cần niềm hy vọng. Và giống như Ma-thê trong Tân Ước, nhiều người trong chúng ta cần được nhắc nhở là đừng để những sự phân tâm của thế gian làm chúng ta rời mắt khỏi Chúa Jêsus, mà hãy công bố đức tin của chúng ta nơi Ngài với lòng tin cậy.

Bạn giải thích như thế nào với người khác về niềm hy vọng mà bạn có trong một thế giới có thể mang đến sự thất vọng, thử thách và đau buồn?

Bây giờ bạn hãy dành thì giờ cầu nguyện với Chúa, xưng nhận điều đã kéo bạn xa khỏi Ngài. Hãy lớn tiếng công bố đức tin cá nhân của bạn nơi Ngài.

Người Đàn Bà Sa-ma-ri

MỘT LỜI CHỨNG SỐNG

Soạn giả: Christina Zimmerman

Câu chuyện người đàn bà Sa-ma-ri được ghi lại trong Giăng 4:1-42. Bà được biết đến nhiều nhất với cuộc trò chuyện rất riêng tư với Chúa Jêsus, và kể cho những người khác trong thành về cuộc gặp gỡ giữa bà với Đấng Cứu Thế. Tên của bà không được biết đến, và bà không được nhắc đến lần nào nữa trong Kinh Thánh.

Những câu chuyện quen thuộc trong Kinh Thánh có khả năng giúp chúng ta hiểu sâu hơn về lẽ thật của Đức Chúa Trời. Nhưng điều này thường có nghĩa là chúng ta phải có chủ ý đọc chúng với đôi mắt mới mẻ và kỳ vọng nhận được nhiều hơn những gì mình đã biết. Nếu bạn đã là môn đồ của Chúa Jêsus được một thời gian, thì câu chuyện về người đàn bà Sa-ma-ri có thể là một trong những câu chuyện quen thuộc đó. Hãy xem Đức Chúa Trời cho chúng ta sự hiểu biết sâu sắc nào từ câu chuyện về cuộc gặp gỡ giữa Chúa Jêsus với người đàn bà bên giếng nước.

HÃY ĐỌC GIĂNG 4:1-9. Hãy lưu ý những điều bạn học được về người đàn bà này qua những câu mở đầu câu chuyện của bà. Điều gì khiến người phụ nữ ngạc nhiên về lần tiếp xúc đầu tiên với Chúa Jêsus? Những điều này có làm bạn ngạc nhiên khi đọc câu chuyện này không? Tại sao hay tại sao không?

Trong hành trình của Ngài đến Ga-li-lê, Chúa Jêsus đã đi ngang qua xứ Sa-ma-ri, nơi Ngài gặp một người đàn bà Sa-ma-ri. Thật khó để chúng ta hình dung cuộc hành trình của Chúa Jêsus qua xứ Sa-ma-ri khác thường như thế nào (c. 4). Các ra-bi Do Thái quan niệm người Sa-ma-ri không ngừng ở trong tình trạng ô uế. Người Do Thái ghê tởm những cuộc hôn nhân pha trộn sắc tộc và sự thờ lạy thần tượng của những người anh em phương bắc của họ. Sự thù địch lớn đến nỗi người Do Thái không đi ngang qua Sa-ma-ri khi họ đi lại giữa Ga-li-lê và Giu-đê, họ phải đi thêm một quãng đường qua vùng đất cằn cỗi để tránh đi qua Sa-ma-ri.

Tuy nhiên, Chúa Jêsus không sợ bị ô uế. Lòng thương xót của Ngài đối với mọi người đã thắng hơn định kiến. Hơn nữa, Chúa Jêsus nói với Ni-cô-đem rằng Cha Ngài yêu thương mọi người trong thế gian (Giăng 3:16). Người đàn bà này cũng sẽ ngạc nhiên khi Chúa Jêsus nói chuyện với bà chỉ vì bà là phụ nữ và bà ở một mình. Tuy nhiên, điều này không khiến độc giả Phúc Âm ngạc nhiên. Lòng thương xót của Chúa Jêsus đối với phụ nữ được tỏ rõ khi Ngài nhiều lần tiếp xúc với họ trong thời kỳ mà phụ nữ bị xếp vào tầng lớp thấp hơn nam giới.

BÂY GIỜ HÃY ĐỌC GIĂNG 4:10-18. Bạn học được thêm điều gì về người đàn bà qua những câu này? Chúa Jêsus bày tỏ điều gì về chính Ngài trong cuộc trò chuyện của họ?

Việc Chúa Jêsus xin nước (c. 7) và câu trả lời của người đàn bà (c. 9) đã dẫn đến một cuộc trò chuyện kéo dài. Bà không xin Chúa Jêsus điều gì, nhưng Ngài ban cho bà mọi sự. Ngài nhìn nhận rằng bà không biết Ngài là ai, nhưng Ngài phán nếu bà biết Ngài là Đấng ban sự sống, thì bà sẽ xin "nước sống" (c. 10). Người phụ nữ không biết Chúa Jêsus đang nói về điều gì. Điều duy nhất bà biết chắc chắn vào thời điểm này là Ngài là một người Do Thái.

Liệt kê những câu hỏi mà người đàn bà Sa-ma-ri đã hỏi Chúa Jêsus cho đến thời điểm này trong cuộc trò chuyện của họ.

CÂU 9

CÂU 11

CÂU 12

Người đàn bà muốn có câu trả lời cho những câu hỏi và suy nghĩ sắc bén. Trong câu 13, Chúa Jêsus đáp lại câu hỏi của bà với lòng thương xót và phước hạnh. Ngài giới thiệu nước hằng sống cho tâm hồn khô khan và tội lỗi của bà. Khái niệm về nước hằng sống này là một chủ đề trong Phúc Âm Giăng, và Chúa Jêsus đã định nghĩa rõ ràng nó trong Giăng 7. Ngài phán: "Người nào tin Ta thì những dòng sông sự sống sẽ tuôn tràn từ lòng mình, đúng như Kinh Thánh đã nói" (c. 38). Chúa Jêsus đã ban cho người phụ nữ này món quà sự sống đời đời và sự hiện diện của Thánh Linh Ngài.

Khi cuộc trò chuyện của họ tiếp tục, Chúa Jêsus đã mở mắt người đàn bà về bản chất thần thánh của Ngài bằng cách bày tỏ Ngài đã biết nhiều về bà (cc. 15-17). Sự tuyệt vọng, sự đổ vỡ của người đàn bà và nhu cầu cứu rỗi sâu sắc của bà đã được phơi bày. Đầu tiên, Chúa Jêsus kết nối với bà, sau đó Ngài ban cho bà sự sống đời đời, và rồi Ngài mở đường cho bà đối diện với tội lỗi của mình.

HÃY ĐỌC GIĂNG 4:19-42. Khi bạn đọc, hãy ghi lại những gì Chúa Jêsus bày tỏ về chính Ngài và cách người đàn bà đáp lại Ngài.

Điều Chúa Jêsus Bày Tỏ	Cách Người Đàn Bà Đáp Ứng

Người đàn bà Sa-ma-ri không còn xem Chúa Jêsus là một người khác lạ, hành động trái với lẽ thường, mà là một nhà tiên tri mà Đức Chúa Trời đã bày tỏ nhiều điều về bà. Trái tim của người phụ nữ dần dần được biến đổi và linh hồn của bà đang hạ mình xuống. Câu 20 tiết lộ rằng bà muốn được hòa thuận với Đức Chúa Trời và tin rằng đây là vấn đề về sự thờ phượng, nhưng bà không biết phải đi đâu. Bà nên thờ phượng nơi bà đang ở, hay bà nên đến Giê-ru-sa-lem?

Trong câu 24, Chúa Jêsus nhắc nhở người phụ nữ về bản chất của Đức Chúa Trời. Ngài phán, "Đức Chúa Trời là thần linh," có nghĩa là không một nơi nào có thể chứa Ngài. Chúa ở khắp mọi nơi, không chỉ trên một ngọn núi hay ở Giê-ru-sa-lem. Do đó, con người có thể thờ phượng Đức Chúa Trời ở bất cứ nơi đâu. Về bản chất, Chúa Jêsus bảo bà hãy ở ngay tại chỗ của mình. Ngài bày tỏ rằng tất cả những gì bà cần để thờ phượng là một tấm lòng yêu mến Chúa.

Nhưng làm thế nào để bạn có được một tấm lòng yêu mến Đức Chúa Trời? Nhờ nước hằng sống là Thánh Linh của Đức Chúa Jêsus. Khi Chúa Jêsus tuôn đổ nước hằng sống—Đức Thánh Linh của Ngài—vào lòng chúng ta, chúng ta thấy mình có tấm lòng yêu mến và thờ phượng Ngài trong Thánh Linh và lẽ thật. Ở đây, Chúa Jêsus gồm tóm mọi điều Ngài đã thảo luận với người đàn bà, mà đỉnh điểm là câu 26: "Đức Chúa Jêsus phán: 'Ta, người đang nói với chị đây, chính là Đấng đó.'" Chúa Jêsus bày tỏ với bà Ngài là Đấng Cứu Thế. Với niềm hy vọng và niềm vui được cứu rỗi, bà quên hết mọi thứ, kể cả nước, và bà chạy trở lại thành mình để nói với mọi người về Chúa Jêsus. Nhờ lời làm chứng của người phụ nữ này mà nhiều người ở Si-kha, Sa-ma-ri, đã được cứu và biết đến Đấng Christ.

Trước khi kết thúc bài học hôm nay, hãy dành vài phút để suy ngẫm về sự thay đổi mà Chúa Jêsus đã mang lại cho cuộc đời bạn. Đầu tiên, hãy dành thời gian cầu nguyện, tạ ơn Chúa đã kéo bạn đến với Ngài. Sau đó, trong nhật ký hoặc ghi chú trên điện thoại của bạn, hãy viết ra một số tên của những người mà bạn cần làm chứng về tình yêu và niềm vui bạn đã tìm thấy nơi Chúa Jêsus, và một số ý tưởng về cách bạn có thể bắt đầu những cuộc trò chuyện đó trong những ngày tới.

Ma-ri Ma-đơ-len

ĐI THEO ĐẾN CUỐI CÙNG

Soạn giả: Ashley Marivittori Gorman

Câu chuyện của Ma-ri Ma-đơ-len được kể trong Ma-thi-ơ 27–28; Mác 15–16; và Giăng 20. Bà được biết đến nhiều nhất vì là người đầu tiên nhìn thấy Chúa Jêsus sau khi Ngài phục sinh. Ma-ri Ma-đơ-len cũng được nhắc đến trong Lu-ca 8:2; Lu-ca 24:10; và Giăng 19:25.

Một mùa hè nọ, dì tôi đưa em họ tôi Sara (4 tuổi) và tôi (8 tuổi) đến một bể bơi ở sân sau nhà bạn của dì là Jenny. Tôi được giao nhiệm vụ giữ Sara ở phần hồ nước cạn cho đến khi những người lớn xuống hồ bơi, nhưng khi tôi đưa bé đi vòng quanh hồ bơi, tôi không nhận ra rằng bước chân của mình đang trôi về phía vực sâu. Cuối cùng, tôi vô tình ra tới chỗ hồ bơi sâu, tôi không chỉ bị hụt chân, mà cũng không thể giữ đầu Sara trên mặt nước. Khi cả hai chúng tôi đều chìm hoàn toàn và vùng vẫy dưới nước, bản năng sinh tồn của chúng tôi trỗi dậy, và chúng tôi cố gắng đẩy người kia xuống để ngoi lên thở. Đột nhiên, tôi nghe tiếng ai đó đang lao ầm xuống nước, và cuối cùng, tôi cảm thấy có những cánh tay mạnh mẽ phía sau, nâng tôi lên thành hồ bơi. Cô Jenny đã nhảy vào và cứu cả hai chúng tôi.

Trong những tháng năm sau thử thách này, tôi đã có một cách nhìn mới về cuộc sống, vô cùng biết ơn về những điều mà tôi thường phàn nàn và đột nhiên nghiêm túc sử dụng thời gian của mình cho những việc quan trọng. Khi nhớ lại kỷ niệm này, tôi nhận ra rằng mặc dù tôi rất biết ơn vì được cứu *khỏi* dòng nước của sự chết, nhưng điều khiến tôi chú ý nhất khi tiếp tục sống, đó là điều mà tôi đã được cứu để *trở thành*—một đời sống mới. Nghiêm trọng hay tầm thường, tất cả chúng ta đều mang trong mình những ký ức được cứu từ những điều tồi tệ cho đến những điều tốt đẹp. Hóa ra, Ma-ri Ma-đơ-len cũng ở trong hoàn cảnh tương tự.

HÃY ĐỌC MÁC 16:9 VÀ LU-CA 8:1-3. Ma-ri Ma-đơ-len đã trải qua lịch sử thuộc linh nào trước khi gặp Chúa Jêsus?

Để không nhầm lẫn với Ma-ri, mẹ của Chúa Jêsus, Ma-ri làng Bê-tha-ni, hoặc người đàn bà tội lỗi trong Lu-ca 7:37, Ma-ri Ma-đơ-len được xác định theo quê hương của bà—thành phố Ma-đa-la (hoặc Ma-ga-đan) ở phía tây của Ga-li-lê. Kinh Thánh mô tả cho chúng ta khởi điểm hành trình tâm linh của bà khi cho chúng ta biết ngắn gọn về câu chuyện quá khứ của bà. Bà nổi tiếng được nhớ đến với cái tên Ma-ri bị ám bởi không chỉ một mà là bảy con quỷ. Con số bảy rất có ý nghĩa ở đây, vì đó là một cách mà Kinh Thánh truyền đạt ý nghĩa về sự trọn vẹn hoặc sự hoàn thành—đội quỷ này đã chiếm toàn bộ con người của Ma-ri. Bị tàn phá và kiệt quệ dưới ảnh hưởng của chúng, bà không chỉ bị xáo trộn trong thế giới nội tâm của mình mà còn bị xã hội ruồng bỏ ở cấp bậc thấp nhất trong thế giới bên ngoài của bà.[4] Nếu chúng ta tò mò về việc Chúa Jêsus đã cứu Ma-ri Ma-đơ-len khỏi điều gì, thì đó không chỉ là một cuộc đời hoàn toàn chìm trong sự thống trị của ma quỷ mà còn là sự xấu hổ trước công chúng.

Điều thú vị là Kinh Thánh không tập trung nhiều vào khoảnh khắc kỳ diệu này; thay vào đó, Kinh Thánh tiết lộ nhiều hơn về những gì Ma-ri nổi tiếng *sau khi* bà được tự do: bà đi theo Chúa Jêsus một cách trung tín. Phần lớn câu chuyện của

Ma-ri Ma-đơ-len không dạy chúng ta ý nghĩa của việc đơn giản được cứu *khỏi* vòng vây của tội lỗi, sự chết và điều ác (điều đó rất quan trọng), nhưng là được cứu *để* có một đời sống mới trong Đấng Christ—một cuộc sống của những người đi theo. Khi chúng ta dõi theo bước chân của Ma-ri sau khi bà cải đạo, chúng ta sẽ thấy bà theo sát gót Thầy mình, cho chúng ta thấy cuộc sống mới này trong Đấng Christ thực sự trông như thế nào.

> Hãy đọc những câu sau đây trong Kinh Thánh của bạn và (khoanh tròn) những động từ chỉ hành động hoặc viết chúng dưới đây: Ma-thi-ơ 27:55-56; Mác 15:40-41; Lu-ca 8:1-2.

Trong số các động từ hành động trong những câu bạn vừa xem là những từ như *đã theo* và *phục vụ*. *Đã theo* là một từ được sử dụng cho học trò của một ra-bi Do Thái, có nghĩa là "đi cùng đường" hoặc "ở cùng con đường với."[5] Ma-ri không chỉ là khán giả hay người hâm mộ Chúa Jêsus. Sau khi biến đổi, bà nhận tư cách của một môn đồ, tuân theo đường lối của Thầy mình.

Việc đi theo Chúa Jêsus không chỉ có nghĩa là trải nghiệm một khoảnh khắc tự do khỏi bóng tối trong quá khứ, cũng không phải chấp nhận một loạt những lời dạy của Ngài khi bạn đi theo con đường của riêng mình, mà theo đúng nghĩa đen là đi theo Ngài đến bất cứ nơi nào Ngài bảo phải đi từ khi cải đạo. Nó có nghĩa là hoàn toàn tuân theo lời dạy của Ngài và thể hiện tính cách của Ngài ở bất cứ nơi nào là "Ga-li-lê" của bạn. Ma-ri Ma-đơ-len đã theo Ngài đến đó và xa hơn nữa, vì Ngài đã xua tan bóng tối của bà bằng ánh sáng vĩ đại của Ngài và phục hồi danh dự cho bà ở những nơi mà bà chỉ biết đến sự xấu hổ.

> Bạn có một phiên bản "Ga-li-lê" nào trong cuộc sống của mình không? Điều gì sẽ giúp bạn theo Chúa Jêsus một cách trung tín và tin cậy tại nơi đó?

Cùng với những người phụ nữ khác, Ma-ri Ma-đơ-len không chỉ bước đi giống như Chúa Jêsus, bà còn phục vụ Ngài và tham gia vào bất kỳ nhiệm vụ nào Ngài yêu cầu.[6] Ma-ri không chỉ đơn thuần tiếp nhận công việc vĩ đại của Chúa Jêsus trong cuộc đời của mình trong một ngày và xem như thế là xong; bà dự phần giúp những người khác làm điều tương tự khi bà phục vụ Chúa Jêsus trong sứ mệnh của Ngài cho những người khác. Cuộc sống mới trong Đấng Christ không chỉ có nghĩa là nhận được những lợi ích từ sứ mệnh giải cứu chúng ta của Chúa Jêsus, mà còn dùng mọi nguồn lực chúng ta có thể để mở rộng những lợi ích đó cho người khác. Đi theo Chúa Jêsus có nghĩa là ở đủ gần với công việc của Ngài để chúng ta có thể cảm nhận rõ ràng những cách cụ thể mà mình có thể góp phần vào công việc đó.

Bạn đã được ban phước với những nguồn tài nguyên cụ thể nào mà bạn có thể đóng góp cho sứ mệnh của Chúa Jêsus? (Hãy nghĩ về những ân tứ thuộc linh cụ thể, khoảng thời gian cụ thể, một số tiền nhất định, chuyên môn cụ thể, tài sản nhất định, v.v.)

BÂY GIỜ HÃY ĐỌC MA-THI-Ơ 27:45-56; MÁC 15:33-41; VÀ GIĂNG 19:25. Trong bối cảnh này, ba trong số các tác giả Phúc Âm đã công khai tuyên bố Ma-ri ở bên cạnh Chúa Jêsus. Vì sao bạn nghĩ rằng sự ở bên cạnh này, đặc biệt lúc ở tại thập tự giá, là quan trọng? Điều này thách thức bạn như thế nào? Khích lệ bạn ra sao?

Kế đến, chúng ta thấy khi mọi sự trở nên khó khăn, Ma-ri vẫn theo Chúa Jêsus đến tận cùng con đường kinh hoàng của thập tự giá, đứng ngay bên cạnh khi Đấng Cứu Rỗi sẵn lòng uống chén thịnh nộ vì tội lỗi nhân loại, trong khi nhiều môn đệ khác của Ngài bỏ chạy và lẩn trốn (Mat 26:31, 56; Giăng 16:32). Ở đây, Ma-ri dạy chúng ta rằng được cứu để bước vào đời sống mới trong Đấng Christ có nghĩa là công khai đứng với Ngài trong sự chết của Ngài, chứng tỏ rằng chúng ta là một với Ngài trong mọi việc Ngài làm, và chúng ta mặc lấy một đời sống của thập tự giá (Ga 2:20).

Hãy đọc những câu chuyện Phúc Âm sau đây về những gì xảy ra sau khi Chúa bị đóng đinh, tập trung vào sự hiện diện của Ma-ri: **MA-THI-Ơ 27:57-61; 28:1-10; MÁC 15:47; LU-CA 24:1-12; VÀ GIĂNG 20:1-18.**

Điều gì nổi bật đối với bạn về hành động của Ma-ri trong những ngày và giây phút sau khi Chúa Jêsus chết? Vì sao vai trò của Ma-ri trong lời tường thuật về sự sống lại rất quan trọng?

Cuối cùng, khi Chúa Jêsus chết, và chúng ta tưởng rằng Ma-ri sẽ chạy trốn trong đau khổ, thì mình thấy bà lại đi theo Chúa Jêsus, lần này là đến mộ của Ngài. Ngay cả trong nỗi đau buồn sâu sắc nhất của bà, ngay cả khi bà tưởng chừng như đã mất hết hy vọng, ngay cả khi bà khóc trong đau đớn vì cái chết của Chúa, chúng ta vẫn thấy bà Ma-ri ở bên mộ, vẫn đang tiến lại gần nơi Chúa Jêsus nằm. Rồi sau đó tìm cách để xức dầu cho thân thể Ngài (một tập tục mai táng vào thời của bà), Ma-ri đã vô tình đi theo Chúa Jêsus đến sự phục sinh của Ngài, nơi Ngài gọi đích danh bà để bày tỏ rằng Ngài đã sống lại (Mác 16:9; Giăng 20:16).

Như thể tất cả những điều này vẫn chưa đủ, Ma-ri còn là người đầu tiên trong số những người theo Chúa Jêsus được giao nhiệm vụ chia sẻ tin mừng về sự phục sinh của Ngài (Giăng 20:17). Trong thời đại mà lời nói của phụ nữ thậm chí còn không được coi là đáng tin cậy trước tòa, thì đây không phải là chi tiết nhỏ. Ai có thể tưởng tượng rằng Chúa Jêsus sẽ gọi một người phụ nữ có khởi đầu đen tối như vậy để trở thành nhà truyền giáo đầu tiên công bố Ánh Sáng của thế gian đã sống lại? Lần cuối cùng chúng ta thấy Ma-ri, thì bà lại một lần nữa chứng tỏ mình là môn đồ trung thành của Chúa Jêsus, vâng theo mệnh lệnh của Ngài để chia sẻ tin mừng với các môn đồ Ngài (Giăng 20:18).

Thật là một câu chuyện diệu kỳ! Tất cả những sự kiện trong hành trình của bà được gộp lại với nhau, tấm gương của Ma-ri trong việc đi theo Chúa Jêsus cho chúng ta thấy rõ việc hiệp nhất với Đấng Christ trong đời sống, sự chết, sự chôn, sự phục sinh và sứ mệnh của Ngài là như thế nào. Ma-ri dạy chúng ta rằng chính Đấng Christ đã lao mình vào dòng nước, không chỉ của những ngày quá khứ đen tối chúng ta đã trải qua, mà còn của chính sự chết, kéo chúng ta lên khỏi vực sâu để bước đi trong một đời sống mới mà chúng ta được cứu rỗi để bước vào (Rô 6). Xin cho chúng ta cũng được như Ma-ri, luôn bước theo Chúa Jêsus mỗi ngày, bất luận Ngài dẫn đi đâu, cứ công bố sứ điệp của Ngài cho dù nó được tiếp nhận như thế nào, và tiếp tục hướng tới vinh quang vĩ đại và chắc chắn của một ngày mai phục sinh, khi đức tin của chúng ta trở thành hiện thực.

Trong tất cả những gì bạn học được từ câu chuyện của Ma-ri, phần nào của việc đi theo Chúa Jêsus dường như là điều tự nhiên nhất đối với bạn? Phần nào của việc theo Ngài là khó khăn nhất cho bạn? Bạn có thể ăn mừng những điểm mạnh và kiện toàn những điểm yếu của mình theo những cách nào?

Đi theo Chúa Jêsus
có nghĩa là ở đủ gần
với công việc của Ngài
để chúng ta có thể
cảm nhận rõ ràng
những cách cụ thể
mà mình có thể
góp phần vào
công việc đó.

TUẦN NĂM

Đô-ca

YÊU BẰNG HÀNH ĐỘNG

Soạn giả: Tessa Morrell

Câu chuyện của Đô-ca được ghi lại trong Công Vụ Các Sứ Đồ 9:36-43. Cũng được gọi là Ta-bi-tha, bà không được nhắc đến trong bất kỳ phần nào khác của Kinh Thánh. Đô-ca được biết đến nhiều nhất với lòng tốt và sự rời rộng của bà, và được Phi-e-rơ khiến sống lại từ cõi chết.

Hãy tưởng tượng khoảnh khắc bạn mất chồng và không còn ai khác trong cuộc đời bạn. Bạn sống trong một xã hội được xây dựng xung quanh việc nam giới chu cấp tất cả và bảo vệ người phụ nữ. Giờ đây, bạn là một người phụ nữ dễ bị tổn thương, cô đơn—không chỉ đau buồn vì mất đi người mình yêu mà còn phải đối mặt với một tương lai vô định. Làm thế nào để bạn tồn tại? Kiếm thức ăn đặt lên bàn? Có tiền để mua quần áo, chỗ ở và những thứ căn bản khác? Bây giờ, hãy tưởng tượng một người phụ nữ trong cộng đồng tiếp cận bạn, và mang đến cho bạn quần áo, sự yên ủi, và lòng tốt. Cô dành thời gian để gặp bạn và đáp ứng những nhu cầu hữu hình của bạn, và cô làm tất cả những gì có thể để giúp bạn một cách vị tha. Nó sẽ tạo ra cả một thế giới khác biệt, có phải không?

Trong sách Công Vụ Các Sứ Đồ, chúng ta đọc câu chuyện về một người phụ nữ như vậy—một người phụ nữ nhìn thấy, quan tâm và hành động—tên bà là Đô-ca. Không giống như Ma-ri Ma-đơ-len, người có câu chuyện kéo dài cả bốn sách Phúc Âm và phần lớn chức vụ trên đất của Chúa Jêsus, Đô-ca chỉ xuất hiện một lần trong Kinh Thánh và rất ngắn gọn. Nhưng chỉ trong một vài câu, chúng ta biết được tình yêu bà dành cho Chúa Jêsus đã thúc đẩy bà yêu thương những người xung quanh như thế nào, những người thường bị lãng quên, vô hình và cô đơn. Chúng ta cũng sẽ xem làm thế nào việc chứng kiến một phép lạ đã khiến những người xung quanh bà tin vào Chúa Jêsus. Cuộc đời của Đô-ca là một bức tranh tuyệt đẹp về những gì xảy ra khi một người sử dụng thời gian và kỹ năng thực tiễn của mình để đáp ứng những nhu cầu hữu hình.

HÃY ĐỌC CÂU CHUYỆN CỦA ĐÔ-CA TRONG CÔNG VỤ CÁC SỨ ĐỒ 9:36-43. Sau đó hãy đọc lại câu 36. Bạn học được những chi tiết gì về Đô-ca trong câu này?

Nhiều điều được tiết lộ về Đô-ca chỉ từ một câu Kinh Thánh ngắn này. Chúng ta thấy rằng bà là môn đồ của Chúa Jêsus (đáng chú ý đây là lần duy nhất dạng giống cái của từ *môn đồ* trong tiếng Hy Lạp xuất hiện trong Tân Ước),[7] và bà sống ở một nơi tên là Giốp-bê. Tên bà là Ta-bi-tha, "còn gọi là Đô-ca," và bà được biết đến nhiều nhất vì "làm nhiều việc thiện và hay bố thí" (c. 36).

Từ câu này, chúng ta có ấn tượng rằng Đô-ca được thôi thúc để đáp ứng nhu cầu của người khác vì tình yêu thương tràn đầy mà bà dành cho Chúa. Ê-phê-sô 2:8-10 cho chúng ta biết rằng chúng ta được cứu nhờ ân điển bởi đức tin. Đó là một món quà của Đức Chúa Trời. Và chính vì món quà quý giá đó mà chúng ta được thôi thúc để làm những công việc tốt lành mà Chúa đã tạo ra chúng ta để làm. Đô-ca thể hiện điều này qua cách bà yêu người khác.

BÂY GIỜ HÃY XEM LẠI CÔNG VỤ CÁC SỨ ĐỒ 9:37-38. Điều gì nổi bật đối với bạn?

Ngay sau khi giới thiệu với độc giả về Đô-ca, bản văn cho chúng ta biết bà bị bệnh và qua đời. Những sự kiện này xảy ra trong khi Phi-e-rơ đang đi rao giảng về sự chết và sự phục sinh của Chúa Jêsus. Dân chúng nghe nói Phi-e-rơ đang ở Ly-đa, gần nơi họ ở là Giốp-bê. Có vẻ như tin tức về việc Ê-nê được chữa lành (Công 9:32-35) đã lan đến Giốp-bê, và người ta muốn Phi-e-rơ giúp đỡ. Họ thậm chí còn đi xa đến mức chuẩn bị cơ thể bà cho sự chữa lành. Đức tin của dân chúng đã dẫn họ đến với Phi-e-rơ, một người mà họ biết là người yêu mến và hầu việc Chúa.

> HÃY ĐỌC CÔNG VỤ CÁC SỨ ĐỒ 9:39. Các góa phụ đã làm gì khi Phi-e-rơ đến? Bạn nghĩ điều gì đã thúc đẩy họ trình bày cho ông thấy tất cả những gì Đô-ca đã làm cho họ? Việc này dạy bạn điều gì về tính cách và ảnh hưởng của Đô-ca?

Vì địa vị dễ bị tổn thương của người góa phụ trong xã hội, Hội Thánh được hướng dẫn trở thành nguồn hỗ trợ cho họ (1 Ti 5:3-16), và Đô-ca là một tấm gương trung tín cho thấy sự hỗ trợ này có ý nghĩa như thế nào đối với những người phụ nữ này. Mặc dù họ có nguy cơ bị lãng quên và bỏ qua, nhưng bà đã nhìn thấy họ và đáp ứng nhu cầu của họ. Trong sự đau buồn của họ khi bà qua đời, đó là những gì họ nhớ về bà.

> HÃY ĐỌC CÔNG VỤ CÁC SỨ ĐỒ 9:40-43. Hãy so sánh Công Vụ Các Sứ Đồ 9:40 với Mác 5:41. Điều gì giống nhau trong hai lời tường thuật này về một người được sống lại? Điều gì là khác biệt đáng chú ý?

Những lời Phi-e-rơ nói trên thi thể của Đô-ca nhắc độc giả nhớ đến một trong những phép lạ của Chúa Jêsus, khi Ngài làm cho con gái Giai-ru sống lại. Phép lạ này tác động mạnh mẽ đến nỗi cả thành phố biết đến nó, và nhiều người đã tin nhận Chúa. Đức Chúa Trời đã biến sự mất mát bi thảm này thành điều mang mọi người đến với đức tin nơi Ngài.

Tám câu này trong sách Công Vụ Các Sứ Đồ chứa đựng rất nhiều điều mà chúng ta có thể áp dụng vào cuộc sống của mình, bắt đầu với tấm gương trung tín của Đô-ca. Bà là một người phụ nữ phục vụ những người thường không được quan tâm và hay bị xem thường. Câu chuyện về Đô-ca cũng nhắc đến khái niệm về di sản. Dù câu chuyện của bà vẫn chưa kết thúc, nhưng cái chết của bà khiến người ta suy ngẫm về đời sống mà bà đã sống. Đô-ca là một tín đồ vị tha của Chúa Jêsus, người luôn tìm kiếm cơ hội để tạo ảnh hưởng đến vương quốc trong cộng đồng của mình.

Khi bạn qua đời, bạn hy vọng người ta sẽ nhớ nhất điều gì về mình?

Bạn có thể làm gì trong cuộc sống hằng ngày của mình bây giờ để mang lại vinh hiển cho Chúa và phục vụ người khác ngay cả sau khi bạn qua đời?

Ai trong khu phố, Hội Thánh, gia đình hoặc cộng đồng của bạn cần được quan tâm và chăm sóc? Hãy viết ra tên của ít nhất một người. Bạn có thể làm gì trong tuần này—hoặc ngay cả hôm nay—để tiếp cận và bày tỏ lòng tốt và tình yêu thương đến người đó?

SUY NGẪM

Ma-ri Làng Bê-tha-ni, Ma-thê, Người Đàn Bà Sa-ma-ri, Ma-ri Ma-đơ-len, Đô-ca

Hãy dành vài phút để suy ngẫm về những lẽ thật bạn khám phá được khi học Lời Đức Chúa Trời tuần này. Hãy viết bất kỳ suy nghĩ cuối cùng nào dưới đây, hoặc dùng khoảng trống để ghi chú trong cuộc thảo luận với nhóm học Kinh Thánh của bạn. Bạn có thể dùng ba câu hỏi ở trang sau để tự suy ngẫm hoặc thảo luận nhóm.

_____

_____

_____

_____

_____

_____

_____

_____

_____

_____

Bạn có thể tải tài liệu hướng dẫn bài học *Tận Hiến* tại lifeway.com/devoted

Khi suy ngẫm về những phân đoạn Kinh Thánh bạn đọc tuần này,
điều gì nổi bật đối với bạn về bản tính của Đức Chúa Trời?

Bạn đã được thách thức và khích lệ như thế nào trong mối tương giao của bạn với
Chúa Jêsus qua phần Kinh Thánh mà bạn đã nghiên cứu?

Hãy viết ra một cách bạn có thể sử dụng những gì bạn
đã học được trong tuần này để khích lệ người khác.

Tuần Sáu

LY-ĐI • PÊ-RÍT-SIN • PHÊ-BÊ
Ê-VÔ-ĐI & SIN-TY-CƠ • LÔ-ÍT & Ơ-NÍT

Ly-đi

MỘT TẤM LÒNG ĐƯỢC BIẾN ĐỔI

Soạn giả: Shelly D. Harris

Câu chuyện của Ly-đi được ghi lại trong Công Vụ Các Sứ Đồ 16:11-15. Bà được biết đến nhiều nhất vì đã được sứ đồ Phao-lô cải đạo để tin vào Chúa Jêsus. Ly-đi cũng được đề cập trong Công Vụ Các Sứ Đồ 16:40.

Một trong những niềm vui mà tôi có được khi phục vụ trong mục vụ trẻ em là có những cuộc trò chuyện về Phúc Âm với các bé trai và bé gái. Trẻ em đặt rất nhiều câu hỏi như vậy, từ những câu như "Chúa có phải là người ngoài hành tinh không?" đến "Làm sao cháu biết mình có phải là Cơ Đốc nhân hay không vì cháu vẫn còn phạm tội?" Trẻ em khiến bạn luôn phải tỉnh táo!

Hầu hết các cuộc trò chuyện về Phúc Âm chỉ đơn giản là gieo hạt giống Phúc Âm, trả lời một câu hỏi hoặc giúp trẻ em nhìn thấy lẽ thật của Kinh Thánh. Nhưng thỉnh thoảng, tôi có niềm vui được nói chuyện với một đứa trẻ sẵn sàng ăn năn tội lỗi của mình và tin nhận Chúa Jêsus là Đấng Cứu Rỗi và Chúa của bé. Rõ ràng là bé đang được Đấng Cứu Rỗi kêu gọi để đáp ứng với Phúc Âm. Thật là một khoảnh khắc thiêng liêng khi lắng nghe một đứa trẻ cầu nguyện, xin Chúa tha thứ cho tội lỗi của mình và đặt trọn niềm tin nơi Chúa Jêsus là Đấng Cứu Rỗi và Chúa.

Khi tôi đọc câu chuyện về Ly-đi trong Công Vụ Các Sứ Đồ, tôi tự hỏi Phao-lô cảm thấy thế nào khi Ly-đi đáp lại sứ điệp Phúc Âm mà ông chia sẻ. Ông có lo lắng liệu mình đã giải thích rõ ràng về Phúc Âm hay không? Ông có ngồi đó kinh ngạc lắng nghe Ly-đi (và gia đình bà) đáp ứng với Phúc Âm không? Có phải ông muốn hét lên trong sự vui mừng? Trước khi bạn đọc câu chuyện của bà, hãy dừng lại và cầu nguyện rằng Đức Chúa Trời sẽ mở lòng bạn để lắng nghe Ngài hôm nay.

HÃY ĐỌC CÔNG VỤ CÁC SỨ ĐỒ 16:11-14. Ly-đi được mô tả là người có tình trạng kinh tế như thế nào? Ly-đi được mô tả về mặt thuộc linh như thế nào? Ai đã mở lòng của Ly-đi để nghe sứ điệp của Phao-lô?

Trong hành trình truyền giáo lần thứ hai của mình, Phao-lô nhận được khải tượng về một người đàn ông ở tỉnh Ma-xê-đô-ni-a của La Mã, cầu xin ông đến giúp đỡ họ. Phao-lô tin rằng Đức Chúa Trời kêu gọi họ đến Ma-xê-đô-ni-a nên lập tức lên kế hoạch đi đến tỉnh này. Mang theo Si-la và Ti-mô-thê, Phao-lô lên đường đến thành phố Phi-líp, một thành phố hàng đầu ở Ma-xê-đô-ni-a. Vào ngày Sa-bát, Phao-lô tìm nơi cầu nguyện. Phao-lô có một thói quen. Khi đến một thành phố, ông sẽ tìm kiếm những người Do Thái ở tại đó, điển hình là trong một nhà hội Do Thái. Ông sẽ chia sẻ Phúc Âm với những người đồng hương Do Thái của mình. Các nhà lãnh đạo Do Thái thường đuổi Phao-lô ra khỏi mối thông công của họ vì họ từ chối tin Chúa Jêsus là Đấng Mê-si-a. Sau đó, Phao-lô sẽ tìm đến những người ngoại trong thành phố.

Tại Phi-líp, Phao-lô tìm nơi người Do Thái nhóm lại để cầu nguyện. Các học giả Kinh Thánh tin rằng Phi-líp, một thuộc địa của La Mã, không có nhà hội.

Một nhà hội đòi hỏi sự hiện diện của ít nhất mười người đàn ông Do Thái trong thành phố, và tại bờ sông, Phao-lô chỉ tìm thấy một nhóm phụ nữ.[1] Lu-ca, tác giả sách Công Vụ Các Sứ Đồ, đã ghi lại tên của một trong những người phụ nữ này—Ly-đi.

BÂY GIỜ HÃY ĐỌC CÔNG VỤ CÁC SỨ ĐỒ 16:15. Điều gì nổi bật đối với bạn về các sự kiện sau khi Ly-đi cải đạo?

Khi nghe Phao-lô chia sẻ Phúc Âm, Ly-đi đã ăn năn tội lỗi của mình và tin nhận Đấng Christ là Cứu Chúa và Chúa của mình. Sau đó, chúng ta thấy Ly-đi và những người trong gia đình bà, những người cũng đã tin Phúc Âm, đã chịu phép báp-têm. Bạn có thể tưởng tượng niềm vui của Ly-đi ngày hôm đó không? Ngay lập tức, chúng ta thấy rằng một tấm lòng được biến đổi bởi Phúc Âm sẽ dẫn đến những hành động phản chiếu Phúc Âm. Ly-đi mở rộng lòng hiếu khách (lòng tốt) của Cơ Đốc nhân bằng cách mời Phao-lô, Si-la và Ti-mô-thê đến ở nhà bà. Đức Chúa Trời đã đặc biệt sai Phao-lô đến thị trấn của Ly-đi để bà có thể nghe Phúc Âm. Đó không phải là một chuyện tình cờ. Đó là sự theo đuổi yêu thương của một Đức Chúa Trời nhìn thấy chúng ta và khao khát cứu chuộc chúng ta.

Hãy lướt qua đến cuối chương và ĐỌC CÔNG VỤ CÁC SỨ ĐỒ 16:40. Đây là lần duy nhất Ly-đi được nhắc đến trong Kinh Thánh. Bạn có thể hiểu thêm điều gì về bà từ bối cảnh ngắn ngủi này?

Về sau, trong chức vụ của họ, Phao-lô và Si-la bị bắt tại thành phố Phi-líp vì đã chữa lành cho một bé gái bị tà linh hành hạ và bị lạm dụng để kiếm tiền. Chủ sở hữu của cô gái này, vì tức giận do mất thu nhập, đã lôi Phao-lô và Si-la đến nhà cầm quyền, cho rằng hai người đang gây rối trong thành phố. Phao-lô và Si-la bị đánh đập và bỏ tù. Sau sự can thiệp kỳ diệu của Đức Chúa Trời, họ được ra tù và trở về nhà của Ly-đi, nơi họ nhận được sự khích lệ từ các anh chị em đồng niềm tin trong Đấng Christ.

Học giả Kinh Thánh John Polhill nhận xét rằng, "Hội Thánh đã phát triển; không có gì ngạc nhiên khi Ly-đi đã mở cửa nhà của bà như một Hội Thánh tư gia."[2] Ly-đi thoải mái chia sẻ những gì bà có với các anh chị em của mình trong Đấng Christ. Hành động của Ly-đi, ngay cả trong nhà của bà, đã cho phép ngày càng nhiều người nghe Phúc Âm và phát triển trong đức tin của họ. Chúng ta rất dễ khép mình và bận rộn, thôi quan sát những người xung quanh mình, ngày càng ít tập trung vào việc chia sẻ Phúc Âm. Thật cám dỗ để quên đi quyền năng biến đổi của Phúc Âm và cách hành động của chúng ta nên phản chiếu lẽ thật của Phúc Âm.

Chuyến thăm của Phao-lô đến thành Phi-líp, và sự cải đạo của Ly-đi, đã bắt đầu xây dựng Hội Thánh tại Phi-líp vào khoảng năm 50 sau Chúa.[3] Chúng ta không rõ liệu Ly-đi có biết toàn bộ di sản mà bà để lại hay không, nhưng chúng ta có thể thấy kết quả từ những hành động được Phúc Âm soi dẫn của bà.

HÃY ĐỌC PHI-LÍP 1:1-11. Khoanh tròn những từ và cụm từ Phao-lô dùng để mô tả Hội Thánh tại Phi-líp, trong đó có Ly-đi.

Khoảng mười năm sau khi Ly-đi cải đạo, Phao-lô viết một bức thư cho Hội Thánh tại thành Phi-líp. Phần mở đầu của bức thư đề cập đến các giám mục và chấp sự, cho thấy Hội Thánh đã tiếp tục phát triển và trưởng thành. Không còn nghi ngờ gì nữa, nhiều điều đã xảy ra trong nhiều năm kể từ lần cuối Phao-lô ghé thăm, nhưng có một điều không thay đổi là sự quan tâm của Phao-lô đối với Hội Thánh. Ông rất biết ơn về sự hợp tác của họ. Ông nhớ họ. Ông cầu nguyện cho họ với niềm vui. Ông trân trọng sự cam kết của họ với Phúc Âm. Ông cầu nguyện cho họ tiếp tục tăng trưởng trong Đấng Christ.

Dù tên của Ly-đi chỉ được ghi lại trong hai câu Kinh Thánh, bà cũng quan trọng đối với Đức Chúa Trời như một ai đó được đề cập trong một trăm câu Kinh Thánh.[4] Một tấm lòng được biến đổi bởi Phúc Âm đã dẫn đến những hành động giúp cho Hội Thánh tại Phi-líp phát triển. Đức Chúa Trời đã tìm gặp Ly-đi bằng cách sai Phao-lô đến Ma-xê-đô-ni-a. Không phải là tình cờ khi Phao-lô gặp Ly-đi ở sông. Đó là một khoảnh khắc thiêng liêng do Chúa sắp đặt. Chúa cũng đã tìm kiếm bạn. Ngài đã gọi bạn, cứu chuộc bạn và biến bạn thành hình ảnh của Con Ngài. Giống như Ly-đi, bạn có thể phục vụ ở nơi Chúa đã đặt để bạn. Bạn có một vai trò trong sứ mệnh của Chúa để tìm kiếm những người hư mất.

Hãy nhìn lại một tuần qua. Hành động của bạn đã phản chiếu tình yêu thương và ân điển của Đấng Cứu Rỗi như thế nào? Bạn đã thiếu sót ở đâu? Chúa đang kêu gọi bạn tham gia cùng Ngài trong sứ mệnh tìm kiếm người hư mất của Ngài như thế nào hoặc ở đâu?

Hãy kết thúc ngày hôm nay bằng cách cầu nguyện rằng Chúa sẽ tiếp tục uốn nắn tấm lòng và hành động của bạn để phản chiếu Phúc Âm cho những người xung quanh bạn.

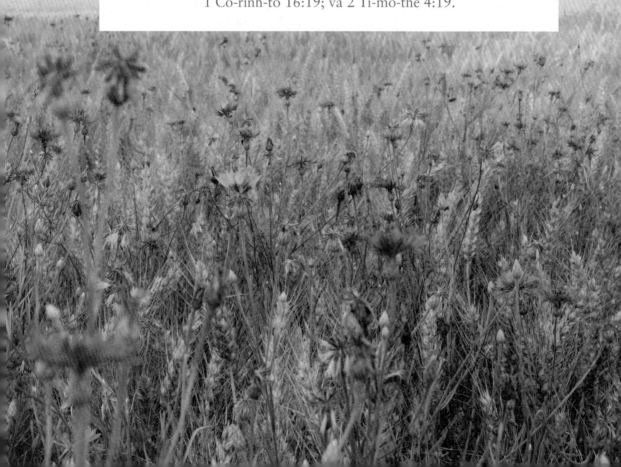

NGÀY 02

Pê-rít-sin

CỘNG TÁC VIÊN TRONG MỤC VỤ

Soạn giả: Susan Lafferty

TUẦN SÁU

Câu chuyện của Pê-rít-sin được ghi lại trong Công Vụ Các Sứ Đồ 18. Bà được biết đến nhiều nhất vì là vợ của A-qui-la và là người cùng may trại với Phao-lô, cùng hợp tác với ông trong chức vụ. Pê-rít-sin cũng được nhắc đến trong Rô-ma 16:3-5; 1 Cô-rinh-tô 16:19; và 2 Ti-mô-thê 4:19.

Trong khi chồng tôi đang được huấn luyện để phục vụ hai năm ở Scotland với Cơ Quan Truyền Giáo Quốc Tế (IMB), một câu hỏi đã thu hút sự chú ý của anh và giúp anh sống những năm tháng ở đó nhắm đến mục tiêu đầu tư vào cõi đời đời. "Anh sẽ cứ ở trong tình trạng tạm thời mãi? Hay chỉ lâu dài một cách tạm thời thôi?" Khi chúng ta tập trung vào Pê-rít-sin trong Kinh Thánh hôm nay, chúng ta sẽ thấy rằng công việc của bàn tay bà phản ánh câu chuyện về cuộc đời bà. Bà và chồng là thợ may trại. Và họ di chuyển từ nơi này sang nơi khác. Nhưng giữa những biến động và thay đổi, Pê-rít-sin sống trung tín trong hiện tại.

HÃY ĐỌC CÔNG VỤ CÁC SỨ ĐỒ 18:1-23. Bạn học được gì về Pê-rít-sin trong phân đoạn này? Liệt kê hoặc gạch chân mọi điều bạn khám phá được.

Pê-rít-sin và chồng bà, A-qui-la, lớn lên với tư cách là thành viên của cộng đồng Do Thái hải ngoại trong đế chế La Mã, cuối cùng sống và làm việc tại thành phố Rô-ma. Những người Do Thái lưu vong sống rải rác bên ngoài Y-sơ-ra-ên vào những thời điểm khác nhau trong lịch sử quốc gia của họ. Vì sự phân tán này, đã có các cộng đồng người Do Thái trên khắp đế chế. Do đó, khi các tín nhân bắt đầu đem Phúc Âm đến tận cùng trái đất, họ thường tìm đến các nhà hội và chia sẻ Phúc Âm ở đó.

Vào năm 49 sau Chúa, Hoàng đế Cơ-lốt đã ban hành một sắc lệnh trục xuất người Do Thái khỏi La Mã. Điều này có liên quan đến việc người Do Thái phá rối hòa bình "theo sự xúi giục của Chrestus." Hầu hết các học giả tin rằng "Chrestus" ám chỉ Christos—Đức Chúa Jêsus Christ.[5] Pê-rít-sin và A-qui-la bị buộc rời khỏi nhà của họ và đến một thành phố khác trong đế quốc—Cô-rinh-tô, thủ phủ của tỉnh A-chai. Điều dường như là những biến động đáng lo ngại trong cuộc sống đã được Đức Chúa Trời dùng để hướng dẫn con đường của họ.

XEM LẠI CÔNG VỤ CÁC SỨ ĐỒ 18:1-23. Liệt kê hoặc tô đậm phần mô tả về những gì Phao-lô truyền đạt tại Cô-rinh-tô. Ông đã tận hiến cho điều gì? Họ đã nghe những gì trong nhà hội và sau đó là tại nhà của Ti-ti-u Giúc-tu? (Để nghiên cứu thêm, hãy đọc 1 Cô-rinh-tô 2:1-5; 15:1-11 về lời tuyên bố của Phao-lô ở đó.)

Phao-lô sống và làm việc với vợ chồng Pê-rít-sin. Họ đã trải nghiệm cuộc sống với vị sứ đồ vĩ đại. Rất có thể Phao-lô đã làm theo thói quen điển hình của ông trong việc rao giảng sứ điệp Phúc Âm trong nhà hội (Công 17:2-3). Một phần nhờ vào lòng hiếu khách của Pê-rít-sin và A-qui-la trong việc truyền bá Phúc Âm, cùng với sự xuất hiện của Si-la và Ti-mô-thê, Phao-lô đã có thể ngừng việc may trại một thời gian và tập trung hoàn toàn vào chức vụ giảng dạy của mình. Cặp vợ chồng này đã đóng một vai trò quan trọng trong sự tấn tới của Phúc Âm tại thành Cô-rinh-tô.

Sau những sự kiện trong 18:1-23, Pê-rít-sin lại di chuyển "lều" của mình. Lần này, bà và chồng cùng đi với Phao-lô đến Ê-phê-sô, nơi ông rời họ và tiếp tục cuộc hành trình của mình.

HÃY ĐỌC CÔNG VỤ CÁC SỨ ĐỒ 18:24-28. Vấn đề là gì? Pê-rít-sin và A-qui-la đóng vai trò gì trong đời sống của ông? Chúng ta học được gì từ cách họ tiếp cận A-pô-lô?

Những câu này cho chúng ta biết về một người đàn ông tên là A-pô-lô xuất hiện ở Ê-phê-sô, háo hức nói với mọi người về Chúa Jêsus nhưng lại nói với sự hiểu biết chưa đầy đủ về Phúc Âm. Câu 26 cho chúng ta biết rằng khi Pê-rít-sin và A-qui-la nghe những gì A-pô-lô giảng dạy, thì "họ đem ông về nhà," nghĩa đen là "họ đã tiếp rước ông." Có lẽ họ đã tiếp ông tại nhà của họ vì đây là thời điểm giải thích quan trọng. Họ ân cần dành thời gian để dạy cho A-pô-lô một bức tranh hoàn chỉnh hơn về Phúc Âm.

HÃY XEM LẠI 18:1-23 và nhớ lại mọi điều Pê-rít-sin đã quan sát và học được từ Phao-lô. Tại Ê-phê-sô, bà và A-qui-la đã vận dụng những gì họ học được để giúp một người anh em rao giảng Phúc Âm chính xác hơn.

ĐỌC RÔ-MA 16:3-5; 1 CÔ-RINH-TÔ 16:19; VÀ 2 TI-MÔ-THÊ 4:19-22. Những câu này cho chúng ta thêm sự hiểu biết nào về cuộc đời của Pê-rít-sin và mối quan hệ của bà với Phao-lô? Phao-lô đã gọi bà và chồng bà là gì? Ông đã nói gì khác về họ trong những phân đoạn này?

Pê-rít-sin tận hiến cuộc đời mình cho Đấng Christ ở nơi tạm bợ. Bà đã đầu tư cả tấm lòng và tâm trí của mình để trưởng thành và học hỏi, sau đó hướng dẫn những người khác về lẽ thật Phúc Âm. Bà đã mở nhà mình như một nơi để các tín hữu nhóm họp và thờ phượng. Chúng ta sống trong một thế giới tạm thời. Có lẽ bạn đang di chuyển hoặc chứng kiến sự thay đổi liên tục xung quanh mình. Bạn sẽ noi gương Pê-rít-sin như thế nào để sống trung tín trong thời điểm này? Bạn sẽ chia sẻ với ai ý nghĩa của việc sống một cuộc đời tận hiến cho Đức Chúa Jêsus? Khi bạn kết thúc phần bài học hôm nay, hãy suy ngẫm về những câu hỏi sau đây. Hãy thành tâm xem xét cách Đức Chúa Trời đã sắp đặt để bạn dự phần với Ngài trong công việc Ngài vào giai đoạn này của cuộc đời bạn.

Ngày nay, Chúa đã đặt bạn ở vị trí nào để học hỏi và tăng trưởng trong sự hiểu biết của bạn về mục đích và kế hoạch của Ngài?

Những người khác ở đây hoặc ở nơi khác đã ảnh hưởng đến cuộc sống của bạn với Phúc Âm như thế nào? Có ai đó đã môn đồ hóa bạn cách bước đi hằng ngày với Đấng Christ và lớn lên trong sự hiểu biết Lời Ngài chưa? Hãy nhớ và vui mừng về những gì Ngài đã làm. Hãy dành thời gian để cảm ơn những người cố vấn cho bạn thông qua việc làm gương.

Hãy xem xét tất cả những gì bạn đã học được qua Lời Đức Chúa Trời và sự dạy dỗ của những tín nhân trưởng thành hơn. Có ai đó mà Chúa đang kêu gọi bạn đầu tư vào không? Con cái của bạn chăng? Một tân tín hữu? Người hàng xóm kế bên nhà bạn? Hãy cầu xin Ngài hướng dẫn và dẫn dắt bạn trong đường lối của Ngài.

Phê-bê

MỘT ĐỜI SỐNG PHỤC VỤ

Soạn giả: Amy Whitfield

Câu chuyện của Phê-bê được ghi lại trong Rô-ma 16:1-2. Bà được biết đến nhiều nhất vì đã giao bức thư của Phao-lô cho người Rô-ma, từ thành Cô-rinh-tô đến thành Rô-ma.

Khi tôi còn là một thanh niên, có một cô trong Hội Thánh của tôi tên là Martha, nổi tiếng trong toàn thể hội viên. Cô được tất cả mọi người biết đến, kính trọng và vinh danh, từ trẻ em đến những người lãnh đạo Hội Thánh. Địa vị của cô trong Hội Thánh không đến từ tiền bạc hay quyền lực, nó đến bởi vì cô vốn hết lòng cam kết là một người phục vụ thực sự.

Martha chào đón khách mỗi tuần, cô tham gia học Kinh Thánh và hỗ trợ những nhà lãnh đạo, và cô tổ chức bữa ăn sáng hằng tháng tại nhà cho các thành viên mới. Cô luôn tìm cách phục vụ những người khác trong Hội Thánh. Đức tin của cô đã đưa cô đến với thái độ phục vụ. Tôi nhớ mình từng được nhờ giúp đỡ tại một trong những bữa ăn sáng cô dành cho thành viên mới, và xem đó là một vinh dự lớn khi được ở nhà cô và là một phần trong nhóm của cô ngày hôm đó. Sự hy sinh cách vui vẻ của cô đã (và vẫn còn) lan tỏa và là tấm gương cho Hội Thánh.

Khi tôi đọc lời khen sứ đồ Phao-lô dành cho Phê-bê, một tín hữu mà ông gặp trong hành trình của mình, tôi nghĩ đến Martha. Martha rõ ràng là một đầy tớ trong cộng đồng của chúng tôi, khuyến khích những người khác ủng hộ sứ mệnh của Hội Thánh. Cô cuốn hút những người khác tham gia vào công việc của mình và cho chúng tôi một tấm gương mà chúng tôi có thể dễ dàng noi theo. Sự lãnh đạo và ảnh hưởng đến dưới nhiều hình thức, nhưng sự phục vụ là một phần quan trọng trong công việc chúng ta cùng nhau thực hiện trong Phúc Âm. Việc hỗ trợ cộng đồng xung quanh chúng ta và hỗ trợ lẫn nhau không phải là một văn phòng trong nhà thờ hay một nhiệm vụ cụ thể. Đó là một lối sống mà tất cả chúng ta được kêu gọi để sống với tư cách là anh chị em trong Đấng Christ. Đây là ví dụ mà chúng ta sẽ xem xét khi bàn đến ảnh hưởng của Phê-bê ngày nay.

HÃY ĐỌC RÔ-MA 16:1-2. Liệt kê mọi điều bạn học được về Phê-bê từ hai câu này.

"Giới thiệu" ai đó (c. 1) có nghĩa gì?

Khi Phao-lô rời Cô-rinh-tô đến Sy-ri cùng với Pê-rít-sin và A-qui-la, sách Công Vụ Các Sứ Đồ cho chúng ta biết rằng ông dừng lại ở Sen-cơ-rê. Khi ở đó, rõ ràng là ông đã gặp Phê-bê, một thành viên được kính trọng trong Hội Thánh. Bà đã tham gia rất nhiều vào sứ mệnh của Hội Thánh, đến nỗi bà là thành viên của đoàn chuyển thư từ Phao-lô gửi đến Hội Thánh tại Rô-ma. Trong phần kết của bức thư, Phao-lô bày tỏ sự tin tưởng của mình đối với Phê-bê và nói với các thánh đồ tại Hội Thánh Rô-ma rằng họ nên chào đón bà như một người thân của họ và giúp đỡ bà theo cách bà cần. Ông thậm chí còn cho họ biết thêm rằng bà đã hỗ trợ tài chính cho nhiều người, bao gồm cả ông.

Người ta đã tốn nhiều giấy mực để bàn về vai trò chính xác của Phê-bê trong Hội Thánh, tất cả đều xoay quanh từ được dịch là "chấp sự" ở đây. Trong những bức thư khác của Phao-lô, từ Hy Lạp này cũng được dịch là "chấp sự."[6] Có cuộc tranh luận giữa các học giả rằng liệu Phao-lô đang nói về việc Phê-bê nắm giữ một chức vụ thực sự trong Hội Thánh hay chỉ đơn giản là khen ngợi vai trò đầy tớ của bà. Dầu vậy, mục đích của Phao-lô không phải là để thảo luận về những vai trò chính thức mà là để giới thiệu bà với người Rô-ma, và thể hiện sự tin tưởng của ông đối với tính cách của bà.

Vì sao tinh thần phục vụ là một thành tố quan trọng của sự lãnh đạo, cả trong vai trò chính thức lẫn đằng sau hậu trường?

Hãy tưởng tượng Phao-lô có thể mô tả bạn như thế nào nếu bạn là người chuyển thư cho người Rô-ma. Ông có thể sử dụng một số từ hoặc cụm từ gì?

BÂY GIỜ HÃY ĐỌC MA-THI-Ơ 20:20-28. Cảnh tượng này cho bạn sự hiểu biết sâu sắc nào về việc phục vụ trong vương quốc Đức Chúa Trời? Lời cầu xin của Gia-cơ và Giăng cho chúng ta biết điều gì về những khuynh hướng và ước muốn tự nhiên của chúng ta?

Các môn đồ của Chúa Jêsus thường bối rối về lý do Ngài đến. Khi hai anh em Gia-cơ và Giăng cùng mẹ đến bày tỏ mong muốn được ngồi vào một vị trí quan trọng (Mác 10:35-37), Ngài đã đáp lại bằng cách tập hợp mọi người lại và giải thích ý nghĩa thật sự của việc theo Ngài. Những gì Ngài mô tả không phải là về quyền lực và vinh quang. Trên thực tế, nó hoàn toàn ngược lại. Ngài phán với các môn đồ rằng: "Ai muốn làm lớn trong các con, thì phải làm đầy tớ" (Mat 20:26), ở đây sử dụng cùng một từ Hy Lạp chỉ *đầy tớ* mà sau này được dùng để nói về Phê-bê.[7] Thông điệp đã rõ ràng. Sự vĩ đại chỉ đến qua vai trò tôi tớ. Đấng Christ đã không đến để được phục vụ, bèn là để phục vụ.

Chúng ta được kêu gọi để làm điều tương tự với cuộc sống của mình. Khi Phao-lô viết thư cho Hội Thánh đầu tiên, ông khuyến khích làm đầy tớ không phải chỉ vì đó là điều tốt đẹp để làm. Phúc Âm kêu gọi chúng ta sống một cuộc đời phục vụ.

Gương của Chúa Jêsus dạy bạn điều gì về việc phục vụ Đức Chúa Trời?

Chúng ta không biết nhiều về con người Phê-bê. Chúng ta không biết về gia đình hoặc nền tảng giáo dục của bà. Chúng ta không biết liệu bà có sự nghiệp hay không, mặc dù Phao-lô đã mô tả bà là một ân nhân, điều này có nghĩa là bà có phương tiện tài chính để hỗ trợ ông và những người khác. Chúng ta không biết làm thế nào bà biết đến Đấng Christ là Cứu Chúa của mình. Chúng ta không biết cụ thể bà đã làm gì trong Hội Thánh ở Sen-cơ-rê. Chúng ta biết rằng Phao-lô đã tin cậy bà khi nhờ bà trao thư của ông cho Hội Thánh Rô-ma, điều này cho chúng ta biết rằng ông tôn trọng bà đủ để cử bà làm người đại diện cho mình. Ông bày tỏ sự tôn trọng của mình đối với bà bằng cách nói với những người nhận thư của ông một điều—tấm lòng của người phụ nữ này dành cho Hội Thánh, và họ cũng có thể tin tưởng bà.

Rất dễ để bị cuốn vào một nền văn hóa lấy cái tôi làm trung tâm, cho rằng chúng ta xứng đáng được người khác chăm lo cho nhu cầu của mình và rằng sự vĩ đại đến từ quyền lực. Nhưng việc đi theo Đấng Christ cho thấy điều ngược lại. Cũng giống như sự hy sinh của Ngài cho tội lỗi chúng ta là hình ảnh của sự khiêm nhường thật, thì sự vĩ đại trong vương quốc của Đức Chúa Trời là sự khiêm nhường trong tâm linh và hành động như một đầy tớ. Phúc Âm giải phóng chúng ta để yêu thương nhau và trao ban chính mình cho những người xung quanh.

Phần mô tả về Phê-bê truyền cảm hứng cho bạn để phục vụ người khác như thế nào? Hãy viết ra hai hoặc ba cách cụ thể mà bạn có thể thực hiện trong cuộc sống của chính bạn và trong gia đình Hội Thánh.

Hãy tra xét lòng mình một cách hoàn toàn minh bạch, bạn có tin rằng những người khác sẽ mô tả bạn theo cách mà Phao-lô đã mô tả về Phê-bê không? Hãy dành một chút thời gian để cầu nguyện rằng Đức Chúa Trời sẽ vun đắp sự khiêm nhường trong lòng bạn và khiến bạn trở nên giống Đấng Christ hơn.

Ê-vô-đi & Sin-ty-cơ

LỜI NÀI XIN HIỆP NHẤT

Soạn giả: Yvonne Faith Russell

Câu chuyện của Ê-vô-đi và Sin-ty-cơ được ghi lại trong
Phi-líp 4:2-3. Họ được biết đến vì xung đột giữa họ
với nhau và sự hòa giải của Phao-lô.

Ê-vô-đi và Sin-ty-cơ là hai người phụ nữ đã giúp xây dựng và thành lập Hội Thánh tại Phi-líp. Hội Thánh Phi-líp bắt đầu với những người phụ nữ tụ tập cầu nguyện bên ngoài thành phố, gần bờ sông vì cộng đồng Do Thái trong vùng quá nhỏ để có nhà hội, nơi thờ phượng chính thức của người Do Thái (Công 16).[8] Có thể Ê-vô-đi và Sin-ty-cơ, những người phụ nữ chúng ta sẽ học ngày hôm nay từ lá thư Phao-lô gửi cho Hội Thánh Phi-líp, nằm trong số những phụ nữ đã nhóm lại trong những buổi nhóm cầu nguyện này.

HÃY ĐỌC PHI-LÍP 4:1-3.
Bạn học được gì về Ê-vô-đi và Sin-ty-cơ từ những câu ngắn gọn này?

Không phải ngẫu nhiên mà Ê-vô-đi và Sin-ty-cơ đang sống ở vùng Phi-líp khi Phao-lô đến thăm. Không giống như các khu vực khác vào thời điểm đó trong lịch sử, phụ nữ có rất nhiều quyền tự do ở Phi-líp.[9] Giống như đàn ông, họ được phép gặp gỡ công khai, sở hữu công việc kinh doanh và tích lũy của cải. Và Đức Chúa Trời, là người sắp đặt tất cả các sự kiện, đã sử dụng sự tự do văn hóa đó cho sự vinh hiển của Ngài. Phao-lô đã mô tả hai người phụ nữ này là những người "sát cánh" hoặc "chiến đấu" ở bên cạnh ông vì Phúc Âm. Thông qua việc cho phép Ê-vô-đi và Sin-ty-cơ hợp tác với Phao-lô trong việc chia sẻ Phúc Âm, Đức Chúa Trời đã cho chúng ta thấy ý định thiêng liêng và khả năng sử dụng các quyền tự do của chúng ta để phát triển vương quốc của Ngài. Dầu vậy, rõ ràng là những người phụ nữ này đã có sự bất đồng hoặc xung đột mà Phao-lô bị dây vào.

HÃY XEM LẠI PHI-Líp 4:1. Phao-lô có mối quan hệ như thế nào với những người đàn ông và phụ nữ tại Hội Thánh Phi-líp?

Hãy nghĩ lại về những người phụ nữ bạn đã học. Có ai khác cũng liên hệ đến Hội Thánh tại thành Phi-líp không? (Gợi ý: Hãy đọc Công Vụ Các Sứ Đồ 16:11-15, nếu bạn cần được nhắc nhở.)

Phao-lô đã dành khá nhiều thời gian ở thành Phi-líp trong chuyến hành trình truyền giáo của mình, và theo Phi-líp 4:1, rõ ràng những người ở đó có ý nghĩa rất lớn đối với ông. Vài năm sau khi Hội Thánh Phi-líp được thành lập lần đầu tiên và Phao-lô đã dành thời gian ở đó cùng với Ly-đi và những người khác, Phao-lô đã viết một bức thư cho Hội Thánh ở Phi-líp—mà ngày nay chúng ta gọi là sách Phi-líp. Trong Phi-líp 4:2-3, Phao-lô khuyến khích Ê-vô-đi và Sin-ty-cơ bỏ qua bất đồng mà hiệp một trong Đấng Christ. Chúng ta không biết họ tranh chấp về vấn đề gì nhưng vì Phao-lô đã công khai đề cập đến vấn đề này trong lá thư gửi cho Hội Thánh, nên rõ ràng là điều đó đang ảnh hưởng đến Hội Thánh. Làm thế nào mà những người phụ nữ này đi từ chỗ cùng làm việc với Phao-lô trong công tác chia sẻ Phúc Âm đến chỗ bất đồng gay gắt đến nỗi Phao-lô phải công khai giải quyết tranh chấp của họ trong lá thư gửi cho Hội Thánh?

> Vì sao sự xung đột lại nguy hiểm đối với tình bằng hữu Cơ Đốc và cộng đồng Hội Thánh? Hãy suy nghĩ về những ảnh hưởng của nó đối với những người có liên quan, toàn thể Hội Thánh và lời chứng cho những người bên ngoài Hội Thánh.

Ê-vô-đi và Sin-ty-cơ nhắc nhở chúng ta rằng mặc dù chúng ta đã tiếp nhận Đấng Christ vào cuộc đời mình, nhưng chúng ta vẫn sẽ có xung đột với người khác. Điều quan trọng là cách chúng ta giải quyết xung đột đó để chúng ta không phóng đại bản thân trong tranh chấp nhưng tôn vinh Chúa trong sự hiệp nhất của chúng ta. Phao-lô dành phần lớn chương 1 và 2 của sách Phi-líp để nhấn mạnh rất nhiều đến sự hiệp nhất của Hội Thánh trong Đấng Christ. Cuộc tranh chấp công khai này là một sự sỉ nhục đối với sự hiệp nhất mà Chúa Jêsus, và do đó, Phao-lô, kỳ vọng từ Hội Thánh của Ngài.

HÃY ĐỌC PHI-LÍP 4:4-6. Dưới đây là danh sách tất cả mệnh lệnh mà Phao-lô đưa ra trong những câu này. Bên cạnh mỗi mệnh lệnh, hãy lưu ý xem sự hướng dẫn đó thúc đẩy sự hiệp nhất thay vì bất hòa như thế nào.

Hãy vui mừng trong Chúa luôn luôn (c. 4).

Hãy cho mọi người biết tính nhu mì của anh em (c. 5).

Đừng lo lắng gì cả (câu 6).

Hãy... trình dâng những nhu cầu của mình cho Đức Chúa Trời (c. 6).

BÂY GIỜ HÃY ĐỌC PHI-LÍP 4:7. Cuối cùng, cách duy nhất để chúng ta có thể sống hiệp nhất với người khác là gì?

Khi Chúa Jêsus biến đổi đời sống chúng ta, khả năng hiệp nhất giữa những khác biệt của chúng ta là một sản phẩm phụ. Chúa Jêsus biến đổi bản chất tội lỗi của chúng ta và giúp chúng ta vâng phục sự hướng dẫn và lãnh đạo của Ngài. Thông thường, khi chúng ta bị cám dỗ để chiến đấu cho đến khi giành chiến thắng, thì chúng ta có thể nhẹ nhàng thuận phục ý muốn của mình trước Vua và để Ngài hành động trong lòng chúng ta. Phi-líp 4:5 nhắc nhở các tín nhân hãy thể hiện sự mềm mại của mình trước mặt mọi người. Những tín nhân đã được biến đổi có thể thay thế mối thù bằng lòng nhân từ và nỗ lực để hòa giải những khác biệt của họ.

HÃY ĐỌC LẠI PHI-LÍP 4:3. Lời của Phao-lô không chỉ mang tính xây dựng đối với hai người phụ nữ này, mà ông còn ca ngợi họ vì họ "sát cánh với tôi chiến đấu vì Tin Lành" và "tên của họ đã được ghi vào sách sự sống rồi." Bạn học được gì từ hai tuyên bố này?

Ngay cả khi Phao-lô thách thức Ê-vô-đi và Sin-ty-cơ theo đuổi sự hiệp nhất, ông cũng ca ngợi họ vì đã tranh đấu cho Phúc Âm. Ông nêu bật lỗi bất hòa của họ, nhưng cũng ghi nhận sự chân thành làm chứng cho Phúc Âm của họ. Chính trong bối cảnh biết tất cả những gì họ có thể làm khi cùng nhau làm việc vì Phúc Âm mà ông đã xin họ hãy nhớ đến sự hiệp nhất mà họ đã từng có với nhau.

Khi bạn học về Ê-vô-đi và Sin-ty-cơ ngày hôm nay, bạn có cảm thấy bị cáo trách về mối quan hệ bất hòa nào đó trong cuộc sống của chính mình không? Hãy áp dụng những hướng dẫn của Phao-lô trong Phi-líp 4:4-6 để cầu nguyện tìm kiếm sự hòa giải và hiệp nhất trong mối quan hệ đó.

Lô-ít & Ơ-nít

DI SẢN CỦA SỰ TẬN HIẾN

Soạn giả: Tina Boesch

Câu chuyện của Lô-ít được ghi lại trong 2 Ti-mô-thê 1:5. Bà được biết đến là bà ngoại của Ti-mô-thê và là một tấm gương về đức tin.

Câu chuyện của Ơ-nít cũng được ghi lại trong 2 Ti-mô-thê 1:5. Bà được biết đến nhiều nhất vì là mẹ của Ti-mô-thê và là một tấm gương về đức tin. Ơ-nít cũng được đề cập trong Công Vụ Các Sứ Đồ 16:1.

Con gái tôi tên là Lois. Cháu được đặt tên để vinh danh bà nội của mình, một người phụ nữ dường như có sức hút mạnh mẽ của riêng mình. Bà nội Lois đã kéo cả gia đình lại với nhau. Nhà của bà luôn là điểm gặp gỡ tự nhiên, nơi chúng tôi tụ họp với anh chị em họ, cô dì và chú bác bất cứ khi nào chúng tôi đến Louisiana. Thực đơn thường có món gì đó bao gồm tôm hùm đất (crawfish). Luôn có món tráng miệng, và luôn có tiếng cười.

Mồ côi từ nhỏ, bà Lois trải qua một tuổi thơ cô đơn với những người bà con phải vật lộn để nuôi những đứa trẻ dưới sự chăm sóc của họ. Theo lời kể của bà, có một khoảng thời gian dài bà sống chủ yếu bằng khoai lang, một loại củ mà sau đó bà không muốn ăn nữa. Bất chấp quá khứ đau buồn của mình, Lois rất hài hước và thích trêu chọc các cháu của mình một cách không thương tiếc. Quan trọng hơn, bà nổi bật bởi đức tin tận hiến, điều bà đã truyền lại cho chồng, con trai và sau đó là các cháu trai của bà. Niềm tin này giờ đây đã hiện diện ở nhiều đứa chắt của bà. Tôi không thể không thấy sự tương đồng giữa bà Lois và bà Lô-ít mà chúng ta đọc trong 2 Ti-mô-thê.

HÃY ĐỌC 2 TI-MÔ-THÊ 1:1-7. Phao-lô nhớ lại điều gì về Lô-ít và Ơ-nít?

Hãy viết từ mà Phao-lô dùng để mô tả đức tin của họ trong câu 5.

Trong tiếng Hy Lạp, từ dùng để mô tả đức tin của Lô-ít và Ơ-nít là *anypokritos*, một từ nghe rất giống *hypocrite*, đạo đức giả.[10] Nhưng tiền tố "an" ở phía trước phủ định từ này, vì vậy *anypokritos* có nghĩa đen là đức tin của Lô-ít và Ơ-nít "không phải đạo đức giả." Hai người phụ nữ này được biết đến với một đức tin thật, đúng đắn, chân thực. Hầu hết các bản dịch sử dụng từ *chân thành (sincere)* để mô tả sự tận hiến của họ đối với Chúa.

Hãy viết định nghĩa của riêng bạn về *sự chân thành*, sau đó so sánh nó với định nghĩa trong tự điển.

Bạn có thể nghĩ về một người nào đó trong cuộc sống của bạn mà bạn mô tả đức tin của họ là chân thành không? Có điều gì làm bằng chứng về đức tin chân thành của người đó?

Hãy xem lại câu 5 được viết dưới đây và (khoanh tròn) động từ trong câu:

...đức tin chân thành của con, là đức tin trước đã sống trong Lô-ít, bà

ngoại con, và trong Ơ-nít, mẹ con...

Đức tin không chỉ là sự khẳng định của một tập hợp những niềm tin; nó là một cái gì đó sống trong chúng ta. Khi đức tin nơi Đức Chúa Jêsus Christ ngự trị trong tâm hồn chúng ta, thì nó biến đổi mọi phần của con người chúng ta, mọi khía cạnh trong cuộc sống chúng ta. Và đức tin đang sống thì không hề tĩnh lặng. Giống như tất cả các sinh vật sống, nó phát triển và trưởng thành theo thời gian. Giống như cây trồng bên dòng nước, nó đơm hoa kết trái trong cuộc sống của chúng ta và cuộc sống của những người khác.

HÃY XEM LẠI 2 TI-MÔ-THÊ 1:5 và để ý diễn tiến. Phao-lô nói ai là người tin Chúa đầu tiên trong gia đình?

Đúng vậy—đó chính là Lô-ít, bà ngoại của Ti-mô-thê. Trong câu này, chúng ta có cảm giác rằng Lô-ít đã trung thành truyền lại lòng tận hiến của mình đối với Chúa cho Ơ-nít. Và rằng cả hai người phụ nữ đều chia sẻ đức tin sống trong họ với Ti-mô-thê. Một đức tin sống động không phải là một đức tin riêng tư. Niềm tin của chúng ta vào Đấng Christ là quá quý giá để che giấu; nó không phải là một cái gì đó để giữ cho riêng chúng ta. Và điều đó đặc biệt đúng khi chúng ta liên hệ với những người trong chính gia đình mình, đáng chú ý nhất là những người trẻ tuổi, dễ gây ấn tượng và đang cố gắng hiểu thế giới.

Bạn có thể không được lợi ích gì khi lớn lên với bà hoặc mẹ, những người đã nuôi dưỡng niềm tin nơi bạn. Nhưng bạn có thể trở thành kiểu phụ nữ nuôi dưỡng niềm tin ở người khác. Con cái, cháu gái, cháu trai, bạn bè, học sinh và những đứa trẻ trong gia đình và các Hội Thánh của chúng ta cần nhìn thấy đức tin chân thành sống trong chúng ta. Họ cần nghe chúng ta nói về những gì mình học được từ nơi Chúa, cách Kinh Thánh thách thức và thay đổi chúng ta, và cách Đức Thánh Linh đang hành động trong chúng ta để khiến chúng ta giống với ảnh tượng của Đấng Christ.

Phao-lô không cho chúng ta biết nhiều về Lô-ít và Ơ-nít, nhưng chúng ta có thể lượm lặt thêm một chút từ một nguồn tham khảo khác về Ơ-nít trong Công Vụ Các Sứ Đồ 16.

HÃY ĐỌC CÔNG VỤ CÁC SỨ ĐỒ 16:1. Ơ-nít được mô tả như thế nào trong câu này?

Lô-ít và Ơ-nít là những phụ nữ Do Thái tin rằng Chúa Jêsus là sự ứng nghiệm lời hứa của Đức Chúa Trời với tổ tiên họ là Áp-ra-ham và Sa-ra. Trong Sáng Thế Ký 18:19, Đức Chúa Trời phán: "Ta đã chọn người [Áp-ra-ham] để truyền dạy con cái và dòng dõi người sau nầy gìn giữ đường lối của Đức Giê-hô-va bằng cách làm điều công chính và ngay thẳng." Ngay từ đầu mối tương giao giữa Đức Chúa

Trời với những người mà Ngài kêu gọi đi theo Ngài, Ngài bày tỏ mong muốn rằng các bậc cha mẹ trong đức tin sẽ dạy đường lối của Chúa cho con cháu họ. Là những người phụ nữ tận hiến cho Chúa, chúng ta có trách nhiệm khích lệ các thế hệ sau chúng ta theo cùng một cách như vậy. Cuộc sống của chúng ta phải phản chiếu những giá trị của vương quốc mà Chúa Jêsus đến để thiết lập, và bày tỏ bông trái của Thánh Linh Đức Chúa Trời đang sống trong chúng ta.

Trong bức thư đầu tiên Phao-lô gửi cho Ti-mô-thê, ông khuyến khích chàng trai trẻ này sống một cuộc đời tận hiến. Khi chúng ta kết thúc phần bài học ngày hôm nay, chúng ta hãy xem xét thách thức đầy cảm hứng này của Phao-lô vì nó áp dụng cách bình đẳng cho những người phụ nữ có đời sống tận hiến cho Chúa.

ĐỌC 1 TI-MÔ-THÊ 6:11-16. Phao-lô nói phải theo đuổi điều gì trong câu 11?

Ông dặn phải nắm giữ điều gì trong câu 12?

Ai thực hiện công việc tốt lành này trong chúng ta (c. 15)?

Bạn ơi, Đức Chúa Trời đang vận hành trong bạn. Tôi hy vọng thông qua loạt bài học này, bạn được khích lệ bởi sự thật rằng sự tận hiến của bạn không phải là kết quả của nỗ lực, sự chăm chỉ hay phấn đấu của bạn; đúng hơn, đó là bằng chứng về ân điển của Đức Chúa Trời trong đời sống bạn. Cũng giống như cuộc đời của Lô-ít và Ơ-nít đã thu hút Ti-mô-thê vào mối tương giao với Đức Chúa Trời, ân điển này ở trong bạn để bạn có thể chia sẻ nó với những người khác.

Hãy dành thời gian cầu nguyện. Hãy cầu xin Chúa giúp bạn theo đuổi sự công chính, đức tin, tình yêu thương, sự nhịn nhục và mềm mại. Khi bạn kết thúc giờ cầu nguyện, hãy đọc lớn tiếng 1 Ti-mô-thê 6:15-16 như một lời xưng nhận về đức tin và lòng tận hiến của bạn. Xin Chúa cho chúng ta cứ bám giữ sự sống đời đời và chia sẻ sự sống ấy cho người khác. Nguyện vinh hiển thuộc về Đức Chúa Trời!

Đấng Chủ Tể hạnh phước và duy nhất, là Vua của các vua, Chúa của các chúa sẽ tỏ bày vào đúng thời điểm của Ngài, là Đấng duy nhất không hề chết, ngự giữa ánh sáng không ai có thể đến gần được, là Đấng chưa người nào thấy hoặc có thể thấy được. Cầu xin sự tôn kính và quyền năng đời đời thuộc về Ngài! A-men.

1 TI-MÔ-THÊ 6:15-16

SUY NGẪM

Ly-đi, Pê-rít-sin, Phê-bê, Ê-vô-đi & Sin-ty-cơ, Lô-ít & Ơ-nít

Hãy dành vài phút để suy ngẫm về những lẽ thật bạn khám phá được khi học Lời Đức Chúa Trời tuần này. Hãy viết bất kỳ suy nghĩ cuối cùng nào dưới đây, hoặc dùng khoảng trống để ghi chú trong cuộc thảo luận với nhóm học Kinh Thánh của bạn. Bạn có thể dùng ba câu hỏi ở trang sau để tự suy ngẫm hoặc thảo luận nhóm.

Bạn có thể tải tài liệu hướng dẫn bài học *Tận Hiến* tại lifeway.com/devoted

Khi suy ngẫm về những phân đoạn Kinh Thánh bạn đọc tuần này,
điều gì nổi bật đối với bạn về bản tính của Đức Chúa Trời?

Bạn đã được thách thức và khích lệ như thế nào trong mối tương giao của bạn với
Chúa Jêsus qua phần Kinh Thánh mà bạn đã nghiên cứu?

Hãy viết ra một cách bạn có thể sử dụng những gì bạn
đã học được trong tuần này để khích lệ người khác.

TRỞ THÀNH MỘT CƠ ĐỐC NHÂN

Rô-ma 10:17 chép rằng, "Như vậy, đức tin đến từ những điều người ta nghe, mà người ta nghe là khi lời của Đấng Christ được rao giảng."

Có thể bạn đã tình cờ tìm thấy thông tin mới trong loạt bài học này. Hoặc có thể bạn đã đi nhà thờ cả đời, nhưng điều gì đó bạn đọc được ở đây khiến bạn ấn tượng khác với những gì đã từng xảy ra trước đây. Nếu bạn chưa bao giờ tiếp nhận Đấng Christ nhưng muốn tiếp nhận Ngài, hãy đọc tiếp để khám phá cách bạn có thể trở thành một Cơ Đốc nhân.

Tấm lòng của bạn có khuynh hướng chạy trốn Đức Chúa Trời và nổi loạn chống lại Ngài. Kinh Thánh gọi đây là tội lỗi. Rô-ma 3:23 nói, "Vì mọi người đều đã phạm tội, thiếu mất vinh quang của Đức Chúa Trời."

Tuy nhiên, Chúa yêu bạn và muốn cứu bạn khỏi tội lỗi, để ban cho bạn một cuộc sống mới đầy hy vọng. Giăng 10:10b nói, "Ta đã đến để chiên được sự sống và sự sống sung mãn."

Để ban cho bạn món quà cứu rỗi này, Đức Chúa Trời đã mở đường thông qua Con của Ngài, là Đức Chúa Jêsus Christ. Rô-ma 5:8 chép rằng, "Nhưng Đức Chúa Trời bày tỏ lòng yêu thương của Ngài đối với chúng ta, khi chúng ta còn là tội nhân thì Đấng Christ đã chết thay cho chúng ta."

Bạn nhận được món quà này chỉ bởi đức tin. Ê-phê-sô 2:8-9 nói: "Vì nhờ ân điển, bởi đức tin mà anh em được cứu, điều nầy không đến từ anh em mà là tặng phẩm của Đức Chúa Trời; cũng không do việc làm của anh em để không ai có thể tự hào."

Đức tin là quyết định của tấm lòng bạn, được thể hiện bằng hành động trong cuộc sống của bạn. Rô-ma 10:9 nói, "Vậy nếu miệng anh em xưng Đức Chúa Jêsus là Chúa, và lòng anh em tin rằng Đức Chúa Trời đã khiến Ngài từ cõi chết sống lại thì anh em sẽ được cứu."

Nếu bạn tin rằng Chúa Jêsus đã chết vì tội lỗi của bạn và bạn muốn nhận được sự sống mới qua Ngài, hãy dâng lên lời cầu nguyện dưới đây để bày tỏ sự ăn năn và đức tin của bạn nơi Ngài:

Lạy Chúa, con biết con là tội nhân. Con tin rằng Đức Chúa Jêsus đã chết để tha tội cho con. Con chấp nhận món quà sự sống đời đời của Ngài. Tạ ơn Ngài đã tha thứ cho con mọi tội lỗi của con. Tạ ơn Ngài đã ban cho cuộc sống mới. Kể từ hôm nay trở đi, con chọn theo Ngài.

Nếu bạn đã tin nhận Chúa Jêsus để được cứu rỗi, hãy chia sẻ quyết định của bạn với trưởng nhóm hoặc một người bạn Cơ Đốc khác. Nếu bạn chưa đi nhà thờ, hãy tìm một nơi mà bạn có thể thờ phượng và lớn lên trong đức tin của mình. Theo gương Đấng Christ, hãy hỏi về việc làm phép báp-têm để bày tỏ đức tin của bạn một cách công khai.

CHÚNG TA LÀ PHỤ NỮ LIFEWAY

Chúng ta là con gái, trước hết và quan trọng nhất—các con của Vua.

Chúng ta mang ảnh tượng của Cha mình.

Chúng ta cũng là chị em, là một phần gia đình Đức Chúa Trời.

Nàng dâu của Đấng Christ.

Chúng ta học Kinh Thánh—Lời được hà hơi của Đức Chúa Trời—
một cách trung tín.

Chúng ta tin rằng Lời Đức Chúa Trời có ích cho việc giảng dạy
và huấn luyện về sự công chính.

Chúng ta tin rằng Lời đó đang sống và vận hành.

Chúng ta cầu nguyện một mình và trong cộng đồng,
tin rằng Đức Chúa Trời lắng nghe và quan tâm đến con cái của Ngài.

Chúng ta cười đùa, trưởng thành, và thờ phượng
chung với những người cùng mang ảnh tượng đó.

Chúng ta đào tạo môn đồ và dạy họ tuân giữ
những mệnh lệnh của Đấng Christ.

Chúng ta đã được gọi ra khỏi bóng tối và bước vào
ánh sáng kỳ diệu của Ngài.

Chúa đã đặt chúng ta ở đây trong thời điểm như thế này.

Chúng ta được biết đến. Chúng ta được tự do.

Chúng ta được yêu thương.

Chúng ta là Phụ Nữ Lifeway.

Hãy khám phá những bài học Kinh Thánh hay nhất
mà Phụ Nữ Lifeway cung cấp
để bước vào—và ở lại—trong Lời Đức Chúa Trời.

lifeway.com/women

CÁC SOẠN GIẢ

KRISTEL ACEVEDO

Kristel Acevedo là giám đốc linh đạo tại Hội Thánh Transformation, nơi cô giám sát những chương trình môn đồ hóa của hội chúng. Cô cũng là một nhà văn và giáo viên dạy Kinh Thánh và hiện đang theo học Tiến Sĩ Mục Vụ tại Trường Cao Học Wheaton. Cô sống ở South Carolina cùng chồng và hai con.

TINA BOESCH

Tina Boesch phục vụ với tư cách là quản lý của nhóm Lifeway Women Bible Studies. Cô đã lấy bằng Thạc Sĩ Thần Học tại Đại Học Regent ở Vancouver, British Columbia. Trong mười bốn năm, cô cùng chồng và ba đứa con của họ gọi Istanbul, Thổ Nhĩ Kỳ là nhà. Bây giờ họ đã định cư ở phía bắc Nashville, nhưng cô vẫn nhớ những tách trà Thổ Nhĩ Kỳ nghi ngút khói. Tina là tác giả của cuốn sách *Given: The Forgotten Meaning and Practice of Blessing*.

W. DIANE BRADEN

W. Diane Braden xem việc viết lách là một món quà đẹp đẽ đến từ Chúa và là niềm đam mê của cô. Cô học chuyên ngành báo chí tại Đại Học Tiểu Bang Tennessee và đã làm việc cho Lifeway hơn hai mươi năm. Cô đã kết hôn với tình yêu của đời mình, Ronald, người cùng cô sáng lập Holy Reconciliation Ministries.

NANCY COMEAUX

Nancy Comeaux là biên tập viên sản xuất cho tạp chí và tài liệu tĩnh nguyện Lifeway. Cô đã làm việc tại Lifeway hơn bốn mươi năm. Nancy kết hôn với Marc, và họ có hai con nhỏ, Meagan và Colton. Cô hướng dẫn mục vụ kịch nghệ tại Hội Thánh của mình ở Joelton, Tennessee.

YANA JENAY CONNER

Yana Jenay Conner là một nhà văn và giáo viên dạy Kinh Thánh. Cô đã lấy được bằng Thạc Sĩ Thần Học về Mục Vụ Cơ Đốc Giáo Dục từ Chủng viện Thần học Báp-tít Đông Nam và đã phục vụ trọn thời gian trong mười sáu năm qua. Yana hiện đang phục vụ tại Hội Thánh Vertical, là giám đốc môn đồ hóa và là phát thanh viên của chương trình podcast, *Living Single with Yana Jenay*.

CÁC SOẠN GIẢ

EMILY DEAN

Emily Dean phục vụ với tư cách là trợ lý giáo sư về Mục vụ Phụ nữ tại Chủng Viện Thần Học Báp-tít New Orleans và Trường Cao Đẳng Leavell. Cô và chồng, Tiến sĩ Jody Dean, cùng với hai con, sống ở khu vực New Orleans. Bạn có thể theo dõi cô trên mạng xã hội @emily.w.dean (Instagram) hoặc @emilywdean (Twitter).

DEBBIE DICKERSON

Debbie Dickerson và chồng cô, Steve, thích dành thời gian cho con trai lớn của họ, Landon, vợ của anh ấy, Alyssa, và con trai đang tuổi học đại học của họ, Kaden. Debbie rất thích việc làm biên tập viên của tờ *Mature Living* và là giáo viên dạy trẻ em tại Hội Thánh Báp-tít ClearView ở Franklin, Tennessee.

ERIN FRANKLIN

Erin Franklin là biên tập viên sản xuất của nhóm Lifeway Women Bible Studies. Tốt nghiệp Đại Học Lipscomb, cô thích chơi bóng bàn, chụp ảnh và học hỏi những điều mới. Bạn có thể kết nối với cô trên Instagram @erin_franklin và trên Twitter @erinefranklin.

DONNA GAINES

Donna Gaines là vợ của Tiến sĩ Steve Gaines, mục sư của Hội Thánh Báp-tít Bellevue. Cô là một giáo sư Kinh Thánh, người ủng hộ truyền giáo, tác giả, biên tập viên của tờ *A Daily Women's Devotional*, và có tham gia với Hội Phụ Nữ Bellevue. Donna là người sáng lập và Chủ tịch Hội đồng quản trị chương trình Pastor's Wives' Session của SBC và là người sáng lập và Chủ tịch của ARISE2Read.

ASHLEY MARIVITTORI GORMAN

Ashley Marivittori Gorman là phụ tá xuất bản tại B&H Publishing Group. Cô có bằng Thạc Sĩ Thần Học từ Chủng Viện Thần Học Đông Nam. Bạn có thể tìm thấy bài viết của cô trong nhiều tài liệu nghiên cứu Kinh Thánh khác nhau của Lifeway Women, những cuốn sách như *World on Fire*, và trên các kênh kỹ thuật số như *The Gospel Coalition*, *Lifeway Voices*, *ERLC*, và *Christ and Culture*.

CÁC SOẠN GIẢ

SHELLY D. HARRIS

Shelly D. Harris là biên tập viên nội dung cho Lifeway Kids. Cô tốt nghiệp Đại Học Murray và Chủng Viện Thần Học Báp-tít Nam Phương. Từng là mục sư thiếu nhi, Shelly đam mê trang bị cho các Hội Thánh để chia sẻ Phúc Âm và môn đồ hóa trẻ em. Cô hiện là điều phối viên mục vụ trẻ em tại Hội Thánh Station Hill ở Spring Hill, Tennessee.

MICHELLE R. HICKS

Michelle R. Hicks là biên tập viên quản lý của tạp chí dưỡng linh *Journey* và phục vụ trong nhóm đào tạo lãnh đạo của Lifeway Women. Lời cầu nguyện của cô là để phụ nữ đến gần Chúa Jêsus hơn mỗi ngày qua Lời của Ngài.

JULIA B. HIGGINS

Julia B. Higgins là trợ lý giáo sư của Mục Vụ Phụ Nữ và phó trưởng khoa Quản Lý Chương Trình Sau Đại Học tại Chủng Viện Thần Học Báp-tít Đông Nam. Cô là tác giả của cuốn *Empowered and Equipped*, và đồng biên tập cuốn *The Whole Woman*. Cô đã kết hôn với Tony và họ cư trú tại khu vực Raleigh-Durham.

SARAH HUMPHREY

Sa-ra Humphrey là một người vợ và người mẹ dạy học tại nhà cho ba đứa con, đồng thời làm việc với tư cách là một nghệ sĩ, tác giả và diễn viên lồng tiếng. Cô tham gia viết bài trong sách dưỡng linh *40 Days to a Joyful Motherhood*, và lồng tiếng trong một số quảng cáo, sách thiếu nhi và sách nói. Cô vừa phát hành cuốn sách mới dành cho lứa tuổi thanh thiếu niên, *Solomon Says Devotional*, năm 2021.

ELIZABETH HYNDMAN

Elizabeth Hyndman là trưởng dự án biên tập cho Lifeway Women Academy và đồng tổ chức podcast *MARKED*. Là người gốc Nashville, nhà ngữ pháp và người uống trà, Elizabeth có thể được tìm thấy trên Instagram và Twitter @edhyndman.

CÁC SOẠN GIẢ

KRISTIN L. KELLEN

Tiến sĩ Kristin Kellen là phó giáo sư Tư Vấn Kinh Thánh và phó giám đốc EdD Studies tại Chủng Viện Thần Học Báp-tít Đông Nam. Cô chuyên tư vấn cho trẻ em, thanh thiếu niên và gia đình của họ. Kristin là đồng tác giả của cuốn *The Gospel for Disordered Lives*, *The Whole Woman*, và *Counseling Women*.

KELLY D. KING

Kelly D. King là người quản lý Xuất Bản Tạp Chí/Dưỡng Linh và Huấn Luyện Mục Vụ Phụ Nữ cho Lifeway Christian Resources. Cô có bằng Thạc Sĩ Thần Học từ Chủng Viện Gateway và hiện đang theo học Tiến Sĩ Mục Vụ. Cô viết bài cho Lifeway Women's Bible và một số tài liệu học của Lifeway Women.

SUSAN LAFFERTY

Susan Lafferty và chồng cô, Todd, đã phục vụ trong International Mission Board hơn ba mươi năm, chủ yếu ở Nam và Đông Nam Á. Họ là cha mẹ của ba thanh niên. Susan viết hằng tuần tại susanlafferty.com.

RAVIN MCKELVY

Ravin McKelvy là biên tập viên tại Lifeway và tốt nghiệp ngành truyền thông tại Học Viện Kinh Thánh Moody. Cô đam mê sự giao thoa giữa nghệ thuật và thần học, đồng thời chia sẻ những thực tế hằng ngày của đời sống Cơ Đốc trên mạng xã hội.

AMANDA MEJIAS

Amanda Mejias là chuyên gia của Lifeway Girls Brand, đây chỉ là một cách nói cực kỳ vui nhộn rằng cô phục vụ cha mẹ và những nhà lãnh đạo của các cô gái tuổi thiếu niên. Cô đam mê xây dựng các mối quan hệ và tạo ra các tài nguyên trang bị cho Hội Thánh địa phương. Amanda là vợ của người chồng tuyệt vời Brandon và đang thực hiện ước mơ trở thành một bà mẹ đi làm.

CÁC SOẠN GIẢ

TESSA MORRELL

Tessa Morrell là biên tập viên sản xuất cho Lifeway Women. Cô đam mê phục vụ trong Hội Thánh của mình và học Kinh Thánh với những người khác. Cô cũng thích ghé thăm các quán cà phê địa phương, xem các cửa hàng đồ cổ hàng giờ và sáng tạo các loại nghệ thuật.

JACLYN S. PARRISH

Jaclyn S. Parrish là giám đốc tiếp thị của Chủng Viện Tây Nam. Cô có bằng Cử Nhân Nghệ Thuật về Nghiên Cứu Cơ Đốc của Đại Học Báp-tít Dallas và bằng Thạc Sĩ về Tôn Giáo của Viện Thần Học BH Carroll. Cô đã phục vụ trong các Hội Thánh địa phương và các tổ chức Báp-tít Nam Phương trong hơn một thập kỷ và đã viết cho *The Gospel Coalition, Christian Today*, và *Love Thy Nerd*.

YVONNE FAITH RUSSELL

Yvonne Faith Russell là một nhà văn, biên tập viên, vũ công, giáo viên và biên đạo múa đầy đam mê. Là người gốc Nashville, cô quản lý hai sự nghiệp trong lĩnh vực xuất bản và biểu diễn nghệ thuật. Cô là tác giả của *A Word to the Wise: Lessons I Learned at 22* và *Mature & Complete: A Devotional Journal for Healing, Value, and Satisfaction in Christ*.

RACHEL MATHEIS SHAVER

Rachel Matheis Shaver làm việc với tất cả những cuốn sách tại Lifeway vào ban ngày và dành thời gian còn lại để vui đùa với những đứa trẻ mà cô gọi một cách trìu mến là "mafia."

TERRI STOVALL

Terri Stovall là trưởng khoa phụ nữ và giáo sư của Mục Vụ Phụ Nữ tại Chủng Viện Thần Học Báp-tít Tây Nam. Terri là đồng tác giả của cuốn *Women Leaders Women: The Biblical Model for the Church* và *The Teaching Ministry of the Church, The Christian Homemaker's Handbook*, và *The Devotional for Women series*. Cô và chồng, Jay, hiện đang sống ở Arlington, Texas.

CÁC SOẠN GIẢ

CHRISTINE THORNTON

Christine Thornton mong muốn giúp Hội Thánh trưởng thành khi các Cơ Đốc nhân lớn lên trong sự rõ ràng về Phúc Âm và khả năng truyền đạt Phúc Âm cho nhau và cho mọi người và thế giới một cách hiệu quả. Cô hiện đang là trợ lý giáo sư về Tư Tưởng Cơ Đốc và giám đốc chương trình Thạc Sĩ Thần Học tại Chủng Viện Thần Học Báp-tít Đông Nam. Cô đã đóng góp cho *The Gospel Coalition*, *Christian Today*, và nhiều ấn phẩm khác.

LAYNIE TRAVIS

Laynie Travis yêu Chúa Jêsus, chồng, các con của cô và truyền bá tin mừng của Phúc Âm. Laynie cảm thấy Chúa thúc đẩy cô biến đức tin của mình thành hành động và bắt đầu học Kinh Thánh trong cộng đồng địa phương. Sự bước đi bởi đức tin đó đã truyền cảm hứng cho cô dạy học, viết sách và nghiên cứu Kinh Thánh, bắt đầu một podcast, lãnh đạo các hội nghị phụ nữ, và thành lập Take Heart Ministry.

AMY WHITFIELD

Amy Whitfield là giám đốc điều hành truyền thông tại Hội Thánh Summit ở Raleigh-Durham. Cô là đồng tác giả của cuốn sách *SBC FAQs: A Ready Reference* và là đồng chủ trì của podcast *SBC This Week*. Cô cũng đã đóng góp cho các tập tài liệu nhiều tác giả, bao gồm *Ministering to the Whole Woman* và *Praying at the Crossroads*. Năm 2019, cô đã giúp khởi động Mạng Lưới Nữ Lãnh Đạo SBC. Amy và chồng, Keith, có hai con và sống ở Wake Forest, North Carolina.

MARY C. WILEY

Mary C. Wiley là tác giả của cuốn *Everyday Theology*, một tài liệu nghiên cứu Kinh Thánh giúp khám phá các giáo lý thiết yếu và lý do tại sao chúng quan trọng trong cuộc sống hằng ngày của mình. Cô có bằng Cử Nhân Nghệ Thuật về Nghiên Cứu Cơ Đốc và bằng Thạc Sĩ Thần Học của Chủng Viện Thần Học Báp-tít Nam Phương. Cô và chồng, John, có ba người con và sống ở vùng Nashville.

CHRISTINA ZIMMERMAN

Christina là người biên tập nội dung cho loạt bài học Kinh Thánh *YOU* của Lifeway Christian Resources. Cô phục vụ trong chức vụ cùng với chồng mình, Harry Zimmerman Jr., tại Hội Thánh Báp-tít Đức Tin Hiệp Nhất, Nashville. Họ có năm người con.

GHI CHÚ

TUẦN MỘT

1 Carolyn Custis James, *Lost Women of the Bible* (Grand Rapids: Zondervan, 2005), 35–36.

2 Thomas L. Constable, "Notes on Genesis," Soniclight.com, truy cập ngày 8 tháng 2, 2023, https://www.planobiblechapel.org/tcon/notes/html/ot/genesis/genesis.htm.

3 K. A. Mathews, *Genesis 11:27–50:26, vol. 1B, The New American Commentary* (Nashville: Broadman & Holman Publishers, 2005), 184.

4 James Montgomery Boice, *Genesis: An Expositional Commentary* (Grand Rapids: Baker Books, 1998), 571.

5 Victor Harold Matthews, Mark W. Chavalas, và John H. Walton, *The IVP Bible Background Commentary: Old Testament*, phiên bản điện tử. (Downers Grove: InterVarsity Press, 2000), Ge 14:14–16.

6 T. Desmond Alexander, *Genesis Notes, The ESV Study Bible* (Wheaton: Crossway, 2008), 78.

7 M. G. Easton, *Illustrated Bible Dictionary and Treasury of Biblical History, Biography, Geography, Doctrine, and Literature* (New York: Harper & Brothers, 1893), 304.

TUẦN HAI

1 K. A. Mathews, *Genesis 11:27–50:26, vol. 1B, The New American Commentary* (Nashville: Broadman & Holman Publishers, 2005), 705–709.

2 Ashley, Timothy R. *The Books of Numbers* (New International Commentary on the Old Testament) (Grand Rapids: William B. Eerdmans Publishing Company) Kindle Edition, 227.

3 Gordon J. Wenham, *Numbers: An Introduction and Commentary, vol. 4, Tyndale Old Testament Commentaries* (Downers Grove, IL: InterVarsity Press, 1981), 128.

4 Michael Wilcock, *The Message of Judges* (Nottingham: Inter-Varsity Press, 1992), 62-64.

TUẦN BA

1 Sâkal: Strongs H7919, Blue Letter Bible, truy cập ngày 8 tháng 2, 2023, https://www.blueletterbible.org/lexicon/h7919/csb/wlc/0-1/.

2 Robert D. Bergen, *1, 2 Samuel, vol. 7, The New American Commentary* (Nashville: Broadman & Holman Publishers, 1996), 250.

3 Rachel Friedlander, "Five Things About Esther That Nobody Talks About," Inherit, truy cập ngày 8 tháng 2, 2023, https://jewsforjesus.org/publications/inherit/five-things-about-esther-that-nobody-talks-about.

4 Sđd.

5 Sđd.

TUẦN BỐN

1 Robert H. Stein, *The New American Commentary, Luke, Volume 24* (Nashville: Broadman & Holman Publishers, 1992).

2 Trent C. Butler, *Luke, vol. 3, Holman New Testament Commentary* (Nashville: Broadman & Holman Publishers, 2000), 7.

3 Alistair Begg, "Elizabeth and Zechariah," Truth For Life, ngày 7 tháng 12, 2014, https://www.truthforlife.org/resources/sermon/elizabeth-and-zechariah/.

4 Robert H. Stein, *Luke, vol. 24, The New American Commentary* (Nashville: Broadman & Holman Publishers, 1992), 74.

5 Trent C. Butler, *Luke, vol. 3, Holman New Testament Commentary* (Nashville: Broadman & Holman Publishers, 2000), 8.

6 Robert H. Stein, *Luke, vol. 24, The New American Commentary* (Nashville: Broadman & Holman Publishers, 1992), 75.

7 Osbeck, Kenneth W. 1985. *101 More Hymn Stories,* (Grand Rapids: Kregel Publications), 287–288.

8 Louisa M. R. Stead, "'Tis So Sweet to Trust in Jesus," 1882, Public Domain.

9 Osbeck, Kenneth W, *101 More Hymn Stories* (Grand Rapids: Kregel Publications, 1985), 287–288.

10 "Herod's Temple Complex in the Time of Jesus," *The ESV Study Bible* (Wheaton: Crossway, 2008), 1950–1951.

11 Robert H. Stein, *The New American Commentary: An Exegetical and Theological Exposition of Holy Scripture, Luke, Vol. 24* (Nashville: Broadman & Holman Publishers, 1992), 36–37, 117–118.

12 "Herod's Temple Complex in the Time of Jesus," *The ESV Study Bible* (Wheaton: Crossway, 2008), 1950–1951.

13 Stephanie Catmull, "Joanna," Women in the Bible, truy cập ngày 3 tháng 5, 2022, https://womeninscripture.com/joanna/.

14 William Barclay, ed., *The Gospel of Luke, The Daily Study Bible Series* (Philadelphia: The Westminster John Knox Press, 1975), 96.

15 David Guzik, "Study Guide for Luke 8," Blue Letter Bible, truy cập ngày 3 tháng 5, 2022, https://www. blueletterbible.org/Comm/archives/guzik_david/StudyGuide_Luk/Luk_8.cfm

16 Elizabeth Fletcher, "Joanna, Jesus' Disciple," Women in the Bible, truy cập ngày 3 tháng 5, 2022, http://womeninthebible.net/women-bible-old-new-testaments/Joanna/.

17 Lisa Leonce, "Joanna – A Leader Who Refused to Be Defined by Her Past," Kyria, truy cập ngày 3 tháng 5, 2022, https://kyrianetwork.com/joanna-a-leader-who-refused-to-be-defined-by-her-past/.

TUẦN NĂM

1 Herbert Lockyer, All the Women of the Bible (Grand Rapids: Zondervan, 1967).

2 Ann Spangler và Lois Tverberg, Sitting at the Feet of Rabbi Jesus (Grand Rapids: Zondervan, 2009), 14.

3 Matthew Henry và Thomas Scott, *Matthew Henry's Concise Commentary* (Oak Harbor: Logos Research Systems, 1997), Giăng 11:17.

4 Wayne Grudem và Thomas R. Schreiner, *Luke Notes, The ESV Study Bible* (Wheaton: Crossway, 2008), 1967.

5 Akoloutheó: Strongs NT 190, Bible Hub, truy cập ngày 8 tháng 2, 2023, https://biblehub.com/greek/190.htm.

6 Lưu ý: Các bản dịch khác nhau của Ma-thi-ơ 27:55; Mác 15:41; và Lu-ca 8:3 dùng những từ như "phục vụ," "giúp đỡ," "chu cấp," v.v…

7 Thomas L. Constable, "Notes on Acts," Soniclight.com, truy cập ngày 8 tháng 2, 2023, https://www.planobiblechapel.org/tcon/notes/html/nt/acts/acts.htm.

TUẦN SÁU

1 F. F. Bruce, *The Book of the Acts, The New International Commentary on the New Testament* (Grand Rapids: Wm. B. Eerdmans Publishing Co., 1988), 310.

2 John B. Polhill, *Acts, vol. 26, The New American Commentary* (Nashville: Broadman & Holman Publishers, 1992), 357–358.

3 Eckhard J. Schnabel, *Acts* (Grand Rapids: Zondervan, 2012), 756.

4 "Who was Lydia in the Bible?", GotQuestions.org, truy cập ngày 8 tháng 2, 2023, https://www.gotquestions.org/Lydia-in-the-Bible.html.

5 Eckhard J. Schnabel, *Acts, Expanded Digital Edition, Zondervan Exegetical Commentary on the New Testament* (Grand Rapids: Zondervan, 2012), Acts 17:6–7.

6 Everett F. Harrison và Donald A. Hagner, "Romans," The Expositor's Bible Commentary: Romans–Galatians (Bản Hiệu Đính), vol. 11 (Grand Rapids, MI: Zondervan, 2008), 226.

7 Diakonos: Strong's G1249, Blue Letter Bible, truy cập ngày 8 tháng 2, 2023, https://www.blueletterbible.org/lexicon/g1249/kjv/tr/0-1/.

8 "Philippi," *NLT Illustrated Study Bible* (Carol Stream: Tyndale House Publishers, 2015), 2173.

9 "Philippians," *NKJV Woman's Study Bible* (Nashville: Thomas Nelson, Inc., 2016).

10 Anypokritos: Strongs G505, Blue Letter Bible, truy cập ngày 8 tháng 2, 2023, https://www.blueletterbible.org/lexicon/g505/csb/mgnt/0-1/.

Tài Liệu Nghiên Cứu Rô-ma
Với 9 Bài Học & Video

TÁC GIẢ COURTNEY DOCTOR

HÃY KẾT BẠN!

BLOG

Chúng tôi ở đây để giúp bạn tăng trưởng đức tin, phát triển vai trò lẽ thật, và khích lệ bạn trong linh trình của bạn

lifewaywomen.com

MẠNG XÃ HỘI

Tìm cảm hứng trong những khoảnh khắc của cuộc sống.

@lifewaywomen

BẢN TIN

Ghi danh để nhận tin mới nhất về những loạt bài học, sự kiện, tặng phẩm, và nhiều điều khác.

lifeway.com/womensnews

ỨNG DỤNG

Tải ứng dụng Lifeway Women để có bài học Kinh Thánh, nhóm học trực tuyến, cầu thay, và nhiều điều khác!

 Google Play   App Store

Lifeway women

TẬN DỤNG TỐI ĐA BÀI HỌC CỦA BẠN!

TRONG TÀI LIỆU NGHIÊN CỨU NÀY, BẠN SẼ:

- Được khích lệ bởi đức tin của những người phụ nữ trong Kinh Thánh, và được nhắc nhở về tầm quan trọng của bạn trong sứ mệnh của Đức Chúa Trời.

- Khám phá tác động mà những người phụ nữ trung tín để lại trên nhiều thế hệ sau.

- Khám phá cách vun đắp lòng tận hiến cho Đức Chúa Trời.

- Học cách nhìn biết Chúa Jêsus trong các câu chuyện của hơn ba mươi người phụ nữ trong Kinh Thánh.

Tham khảo các tài liệu học khác nhau, tải về bài học mẫu miễn phí, tài liệu hướng dẫn, video clips, tài liệu quảng bá trong Hội Thánh, và nhiều điều khác tại

lifeway.com/devoted